தள்ளு

Motivation

ஆசிரியரின் பிற நூல்கள்

பங்குச்சந்தை

1. அள்ள அள்ளப் பணம் 1 - *பங்குச்சந்தை: அடிப்படைகள்*

2. அள்ள அள்ளப் பணம் 2 - *பங்குச்சந்தை: அனாலிசிஸ்*

3. அள்ள அள்ளப் பணம் 3 - *பங்குச்சந்தை: ஃபியூச்சர்ஸ் அண்ட் ஆப்ஷன்ஸ்*

4. அள்ள அள்ளப் பணம் 4 - *பங்குச்சந்தை:* போர்ட்ஃபோலியோ முதலீடுகள்

5. அள்ள அள்ளப் பணம் 5 - *பங்குச்சந்தை:* டிரேடிங்

வியாபாரம்

1. நம்பர் 1 சேல்ஸ்மேன் (சிறந்த விற்பனையாளர் ஆவது எப்படி?)
2. பணமே ஓடி வா!
3. பணம் - சந்தேகங்கள், விளக்கங்கள் (FAQs)

நிர்வாகம்

1. ஆளப்பிறந்தவர் நீங்கள் (தலைமைப் பண்புகள்)
2. காலம் உங்கள் காலடியில் (நேர நிர்வாகம்)
3. யார் நீ? (பர்சனாலிட்டி)
4. உலகம் உன் வசம் (கம்யூனிகேஷன்)
5. உறுதி மட்டுமே வேண்டும் (கமிட்மெண்ட்)
6. உறவுகள் மேம்பட (Secrets of Managing People)
7. சிறந்த நிர்வாகி ஆவது எப்படி?
8. தங்கத் துகள்கள் (காலம் உங்கள் காலடியில் - 2)

சுயமுன்னேற்றம்

1. இட்லியாக இருங்கள் (எமோஷனல் இண்டலிஜென்ஸ்)
2. டீன் தரிகிட (பதின் பருவத்தினருக்கு)
3. அதிகாரம் அல்ல, அன்பு (சுயமுன்னேற்றக் கட்டுரைகள்)
4. மன அழுத்தம் விரட்டலாமா (மாணவர்களுக்கு -யுனெஸ்கோவுக்காக)
5. உஷார் உள்ளே பார் (மனமும் சக்தியும்)
6. ஆல் தி பெஸ்ட்! (நேர்முகங்களில் வெற்றி பெறுவது எப்படி?)
7. தள்ளு (மோட்டிவேஷன்)
8. சின்னத் தூண்டில் பெரிய மீன்
9. சிறு துளி பெரும் பணம்
10. சொல்லாததையும் செய்!

உறவுகள்

1. காதலில் இருந்து திருமணம் வரை
2. அப்பா மகன் - நெருக்கமும் நெருடல்களும்

தள்ளு

Motivation

சோம. வள்ளியப்பன்

கிழக்கு

தள்ளு : மோட்டிவேஷன்
Thallu : Motivation
by Soma.Valliappan ©

First Edition: April 2010
152 Pages
Printed in India.

ISBN 978-81-8493-416-8
Title No. Kizhakku 476

Kizhakku Pathippagam
177/103, First Floor,
Ambal's Building, Lloyds Road,
Royapettah, Chennai 600 014.
Ph: +91-44-4200-9603

Email : support@nhm.in
Website : www.nhm.in

Author's Email: baluvalliappan5@gmail.com
s.valliyappan@yahoo.com

Author's Website : www.writersomavalliappan.com

Cover Image : Shutterstock ©

Kizhakku Pathippagam is an imprint of New Horizon Media Private Limited

அன்புடன்

லேனா தமிழ்வாணன் மற்றும்
ரவி தமிழ்வாணன்
அவர்களுக்கு

உள்ளே

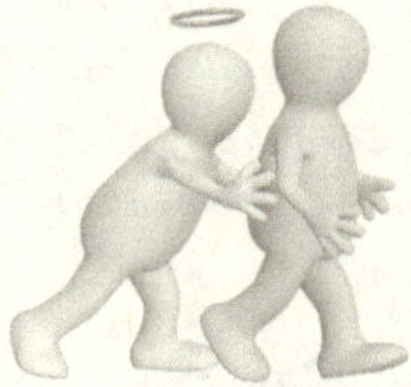

1

அளப்பதே உலகம்

செய்வது எதிலும் தேர்ச்சி பெற வேண்டும் என்றுதான் எவருமே நினைக்கிறோம். எதைச் செய்தாலும் அதில் தேற வேண்டும் என்பதுதான் எல்லோருடைய ஆசையும். காரணம், இந்த உலகத்தில் வெற்றி பெற்றவர்கள் மட்டுமே ஒரு பொருட்டாக பார்க்கப்படுகிறார்கள். மதிக்கப்படுகிறார்கள்.

பார்க்கப்போனால், இந்த உலகமே ஒரு செயல்பாட்டுக் கூடம் தான். பிறந்த நேரம் முதல், இறக்கும் நேரம் வரை எல்லோரும் எதையாவது செய்து கொண்டேயிருக்க வேண்டியிருக்கிறது. 'என்னவோ செய்தார்கள். போகட்டும்' என்று முடிக்கப்பட்டன வற்றை விட்டுவிடுகிறார்களா என்றால், விடுவதில்லை. செய் ததை அளக்கிறார்கள். சீர்தூக்கிப் பார்க்கிறார்கள். என்ன, எப்படி, எவ்வளவு என்று எடை போடுகிறார்கள்.

ஆமாம், எதைச் செய்தாலும், அதை மதிப்பிடுவது மனித வழக்க மாகி விட்டது.

மரடோனாவும் பீலேவும் மிகச்சிறந்த கால்பந்தாட்டக்காரர்கள். எதனால்? எந்தப் போட்டியிலும் கோல் போடக் கூடியவர்கள் அவர்கள். எவ்வளவு கோல்கள் அடித்தார்கள் என்பதே

அளவுகோல். டெண்டுல்கரும் சேவக்கும் அதிகம் ரன் எடுக்கக் கூடியவர்கள். ஹர்பஜன் சிங் விக்கெட்டுகள் எடுப்பார். சானியா மிர்சா, விஸ்வநாதன் ஆனந்த், நரேன் கார்த்திகேயன் என்று மதிக்கப்படுகிற அத்தனை விளையாட்டு வீரர்களுமே, செயல் வீரர்கள்தான்.

வாய்ச்சொல் போதாது. செயலில் காட்டு என்பார்கள். 'அவர் பேசமாட்டார். அவரது பெர்ஃபார்மன்ஸ் பேசும்' என்பார்கள்.

சரித்திரம் எத்தனையோ போர்களைத் தாங்கி வந்திருக்கிறது. அந்தப் போரில்கூட, பெர்ஃபார்மன்ஸ் என்பது முக்கியம். போர் முடிந்ததும் எவற்றைப் பார்க்கிறார்கள்? வீழ்த்தப்பட்ட எதிரிப்படை வீரர்கள் எவ்வளவு பேர்? அவர்கள் இழந்தது எவ்வளவு? அவர்கள் பின்வாங்கி ஓடிய தூரம் என்ன? ஓடியது முன்பக்கமாகவா, புறமுதுகிட்டா? அவர்களுக்குபட்ட அடி, மார்பிலா, முதுகிலா? செயல்பாடு எப்படி என்று சும்மா அளந்து விடுவதில்லை. அளந்து சொல்வது, இது.

'நாங்கள் வெற்றிவாய்ப்பினைத் தவற விட்டிருக்கலாம். ஆனாலும் ஒன்றை மறந்து விடாதீர்கள். நாங்கள் சென்ற தேர்தலை விட, இந்தத் தேர்தலில் வாங்கிய வாக்குகள் அதிகமாக்கும்.'

அரசியல்வாதிகள் சொல்கிறார்களா இல்லையா? மேடைக்கு மேடை சொல்வார்கள். அடுத்த தேர்தல் வரை இதையேதான் சொல்லுவார்கள். அதிகம் பெற்ற வாக்கு சதவிகிதங்கள், குறைந்து வரும் வாக்கு வித்தியாசங்கள், தொடர்ந்து பெறும் முன்னேற்றங்கள் என்று எல்லாமே அவர்களது மெருகேறும், அதிகரிக்கும் செயல்பாடுகள் பற்றியதாகத்தான் இருக்கும்.

தோற்றவர்கள் மட்டுமல்ல. வெற்றி பெற்றவர்களும் அதே போல, 'எண்ணி எண்ணி'த்தான் பேசுவார்கள். 'எங்கள் ஆட்சியிலே' என்று தொடங்கி, குறைந்து வரும் விலைவாசி(!) மறைந்து வரும் வேலை இல்லாத் திண்டாட்டம், அதிகரிக்கும் பணப்புழக்கம் என்று கணக்கு சொல்லுவார்கள்.

'ஆண்களைவிட (வழக்கம்போல) பெண்கள் அதிக அளவில் தேர்ச்சி' என்று சொல்லும் பொதுத் தேர்வு முடிவுகள், பள்ளிகளில் தரப்படும் 'பிராகரஸ் ரிப்போர்ட்' போன்றவை எதற்காக? மாணவர்களின் செயல்பாட்டை மதிப்பிடுவதற்காகத் தானே!

'லாபம் அதிகரிக்கிறது. நாங்கள் கொடுக்கும் டிவிடெண்டும் ஆண்டுக்கு ஆண்டு அதிகரிக்கிறது' என்பார்கள். கார்ப்பரேட் நிர்வாகத்தினர்.

தொழிற்சங்கம் (எவ்வளவு உறுப்பினர்கள்?), விவசாயிகள் (விளைச்சல் எவ்வளவு?), அலுவலர்கள் (உற்பத்தித் திறன்), திரைப்படத் துறையினர் (வசூல்), பத்திரிகைகள் (சர்க்கு லேஷன்) தொலைக்காட்சிகள் (டி.ஆர்.பி. ரேட்டிங்) என்று எவருக்கும் உண்டு செயல் அளவுகள்.

'அந்த டாக்டருக்குக் கூட்டம் அதிகம் வரும்'

'இவர் கால்ஷீட்டே கிடைக்காது'

என்றெல்லாம் சொல்லக் கேட்டிருக்கிறோம். மருத்துவர், நடிகர், தொழிலாளர், முதலாளி என்று எவரும் இதிலிருந்து விலக்கு பெறமுடியாது. கோவில்களில்கூட திருப்பதிக்குத்தான் கலெக்ஷனில் நம்பர் ஒன் என்று ஒரு பெயர் உண்டு. மும்பை மகாலட்சுமி கோவிலுக்கு அடுத்த இடமாம். இவர்களுடைய அளவிடுதல்கள் கடவுள்களையும் விட்டுவைக்கவில்லை.

அப்படியென்றால் உலகினைப் பொறுத்தவரை எல்லாமே செயல்மயம்தான். செயல்படாதவை, ஜடம்.

இந்தச் செயல்களை அளக்கிற, ஒப்பிடுகிற மோகம், தாகம் பிறந்த குழந்தைகளைக் கூட விட்டுவைப்பதில்லை.

'என் புள்ள பிறந்தப்ப என்ன எடை தெரியுமா?'

'ஒரு வாரத்தில குப்புறப் படுத்துக்கிட்டான் என் மகன்'

'இரண்டு மாசத்துல நடந்தவள் இவள்'

'ஆறே மாசந்தான். பேசிட்டான் எம்பேரன்.'

அவர்கள் செயல்பாட்டினையும் அளந்துதான் விடுவார்கள். பிறந்த நேரம் தொடங்கி, பள்ளி கல்லூரி வேலை, அதிகரிக்கும் எதிர்பார்ப்புகள், ஒப்பீடுகள், பாராட்டுகள், தள்ளல்கள், வருத்தங் கள் வாழ்வின் தொடக்கத்திலேயே ஆரம்பித்து, மணி விழா, பவள விழா, வைரவிழா என்று இறுதிவரை இந்த செயல்பட வேண்டிய கட்டாயம் எல்லோரையும் தொடருகிறது.

அளப்பது என்றால் எண்ணிக்கையில் அதிகரிப்பதை மட்டும் அளப்பதல்ல. அடக்கவிலை (காஸ்ட்) குறைப்பு, வீணடிப்புகள் குறைப்பு, குறைகளைத் தவிர்ப்பது, செய்ய எடுத்துக்கொள்ளும் நேரம் குறைத்து, துரிதமாகச் செய்தல் என்று சிலவற்றை குறைத்துச் செய்யும் செயல்களும் சிறந்த செயல்பாடுகளே.

அதே அளவா, குறைவா? என்பது தவிர, செயல்பாட்டின் தரம் எப்படியென்றும் பார்க்கப்படுகிறது. ஓவியம், வாத்தியங்கள் வாசிப்பது, பேசுவது, பாடுவது, ஆடுவது, வரைவது என்றும், செய்பவற்றையே வித்தியாசமாகச் செய்வது என்றெல்லாம்கூட செயல்பாடுகள் பார்க்கப்படுகின்றன.

இவற்றைப்பற்றியெல்லாம் சுவாரசியமாக பார்த்துக்கொண் டிருக்கும் நம் நிலை என்ன? நாம் ஒன்றும் விதிவிலக்கல்ல.

நம் செயல்பாடுகளும் அளக்கப்படுகின்றன. அவற்றால்தான் நாம் மதிப்பு பெறுகிறோம் அல்லது உதாசீனப்படுத்தப்படுகிறோம்.

செய்தது யார்?

மிகப்பெரிய வெற்றிப் படத்தைத் தந்தவர் என்று எவரை முதலில் பாராட்டுகிறார்கள்? இயக்குநரைத்தானே! கப்பலின் மாலுமி அவர் தான் என்பார்கள். அவருடையது கூடுதல் பங்களிப்பாக இருக்க லாம். ஆனாலும் எவராலும் தனியாளாக கப்பலை ஓட்ட முடியுமா என்ன? அதேபோல, எவராலும் தனித்து நின்று ஒற்றை ஆளாக, நிறுவனங்களை வெற்றி பெற வைத்துவிடமுடியுமா என்ன?

வியாபாரங்கள், அலுவலக வேலைகள், ஆராய்ச்சிகள், படைப்பு கள், இயக்கங்கள், சேவைகள், உற்பத்தி, ஆட்சி, பராமரிப்பு, விளைச்சல், நிகழ்ச்சிகள் என்று எதையாவது எவராலாவது நான் தன்னந்தனியனாக செய்தேன் என்று மார்தட்டிக் கொள்ள முடியுமா? எந்த வெற்றிக்கும் ஒரே ஒருவர் காரணமாக இருக்க முடியுமா? சாத்தியமா?

விளையாட்டு மைதானம். ஓர் அணி வெற்றி பெற்று விடுகிறது. மாபெரும் வெற்றி. வீரர்களுக்கு பரிசு கொடுக்க அழைக்கிறார் கள். அணித் தலைவர் போகிறார். நீண்ட, அகலமான பெரிய, பல வண்ணக் காசோலை. கனமான கோப்பை. முகம் முழுக்க பூரிப்பு. ரவி சாஸ்திரியோ எவரோ கேப்டனை அழைக்கிறார். முகத்துக்கு முன் மைக் நீட்டப்படுகிறது.

'உங்கள் வெற்றி பற்றி என்ன சொல்ல விரும்புகிறீர்கள்?'

'நான் சிறப்பாக ஆடி ஜெயித்துக் கொடுத்துள்ளேன்.'

இப்படி எவரேனும் சொல்லக் கேட்டிருக்கிறோமா? சொல்வார்களா? சொல்ல முடியுமா? சொன்னாலும் அது உண்மையாகுமா?

'மை பாய்ஸ் பிளேய்ட் வெல்' என்று சொல்லுவது வழக்கம்.

எஸ்.எல்.வி. ஒன்று, இரண்டு, மூன்று என்று வரிசையாக வானேறியனவே. பல ஆண்டுகள் மூளையைக் கசக்கிப் பிழிந்து உழைத்து அவற்றை உருவாக்கி வானில் ஏற்றியவர்கள் யார்?

இஸ்ரோ தலைவரா? அவரே தனியாளாகவா? ஏவுகிற தினம் வரிசையாக அமர்ந்து, வெள்ளைக் கோட்டுப் போட்ட பலரும், ஆழ்ந்து கவனிக்கிறார்களே, திக்திக்கென்கிற இதயத்தை அமுத்திக்கொண்டு உட்கார்ந்திருக்கிறார்களே. எண்கள் சீராக கழிபட கழிபட, அடி வயிற்றில் அமிலம் சுரக்க, தொண்டையை அடைக்கும் பயத்துடன் காத்திருந்துவிட்டு,

மூன்று, இரண்டு, ஒன்று, ஜீரோ...

'உஸ்..' என்று வெற்றிகரமாக வானில் எழும்பி சீறிப் பாயும் ராக்கெட்டைப் பார்த்த குதூகலத்தில் எழுந்து ஒருவரை ஒருவர் கட்டியணைக்கிறார்களே, அவர்கள் அத்தனை பேரின் கூட்டு முயற்சிக்கு சாட்சி அல்லவா அது.

எந்த செயலும் முழுமை பெற தொடர்புடைய ஒவ்வொருவரின் செயலும் சங்கிலியின் ஒவ்வொரு கண்ணியைப் போல முக்கியம். எந்த கண்ணி முக்கியமில்லாத கண்ணி?

எவர் செயல்பாட்டுக்குப் பின்னும், அது ஆணோ, பெண்ணோ, ஒரு குழு இருக்கிறது. செயல் சிறியதோ, பெரியதோ எதன் பின்னும் ஒன்றுக்கும் மேற்பட்டோர் உழைப்பு உண்டு. அறிவிக்கப்பட்டதோ, அறிவிக்கபடாததோ, வெளித் தெரிவதோ தெரியாததோ, எவரும், தான் மட்டுமே செய்ததாக எதையுமே சொல்லிக்கொள்ள முடியாது.

ஆக, நாம் எவருமே எதிலும் ஒருவராக அல்ல, பலராகவே சேர்ந்து செய்கிறோம். முடிக்கிறோம். நம் குழுவின் செயல்தான் நம் செயல்பாடு.

ஆமாம், இவ்வளவு சொல்கிறோமே நம் குழு பற்றி, அதிலுள்ள வர்களைப் பற்றி நமக்கு எவ்வளவு தெரியும்? ஆசிரியர் என்றால், மாணவர்களைப் பற்றி. அதிகாரிகள் என்றால் அலுவலர்கள் குறித்து. மேற்பார்வையாளர் என்றால் ஊழியர்கள் பற்றி. குடும்பத் தலைவருக்கு மனைவி பிள்ளைகள் குறித்து. இயக்குன ருக்கு சக டெக்னிஷியன்களைப் பற்றி. தலைவருக்கு தொண்டர் கள் குறித்து. அணித்தலைவர்களுக்கு வீரர்கள் பற்றியெல்லாம் எவ்வளவு தூரம் தெரியும்?

தெரிவதென்றால் ஊர், பெயர், வயது போன்ற மட்டுமல்ல. அவர்களது உள்மனக் கட்டமைப்பு, உணர்வுகள் பற்றி. எதற்காக வேலை செய்கிறார்கள். அவர்களை ஆட்டுவது எது? எடுத் தெறிய வைப்பது எது? எது அவர்களுக்கு முக்கியம். எது போனாலும் பரவாயில்லை என்று நினைக்கிறார்கள் என்பன பற்றி தெரியுமா?

நம் வெற்றிகள் நம்மைச் சார்ந்தவர்கள், உடன் பணிபுரிபவர்கள், குழுவில் இருப்பவர்களின் செயல்பாட்டையும் பொறுத்தது என்றானபின், அந்தச் செயல்பாட்டினை, உறுதிப்படுத்துவது எப்படி? அதனை அதிகப்படுத்துவது எப்படி? அதற்காக அவர்களைப் பற்றி தெரிந்துகொள்ள வேண்டாமா?

தெரிந்தவர்கள் மாபெரும் வெற்றி பெறுகிறார்கள். ஒன்றைப் பத்தாக்குகிறார்கள். தொடர் வெற்றிகள் பெறுகிறார்கள். நல்ல பெயரும் எடுக்கிறார்கள்.

அந்த வெற்றிக்கு முக்கியமானவற்றைத்தான் இனி பார்க்க இருக் கிறோம். மனிதர்களை சரியாகப் புரிந்து கொண்டு, அவர்களின் செயல்திறனை பலமடங்கு உயர்த்துவது எப்படி என்பதைப்பற்றி விபரமாகப் பார்க்கலாம்.

‘மனிதன் என்பவன் மிருகமாகலாம். தெய்வமும் ஆகலாம்’ என்கிறார்களே!

ஆமாம், அவன் யார்? எப்படிப்பட்டவன்?

2

‘என்னைத் தெரியுமா?’

சென்னைக்கு வெளியே ஒரு மருத்துவக் கல்லூரியுடன் அமைந்துள்ள மருத்துவமனைக்குச் சிலமாதங்களுக்கு முன் செல்ல வேண்டி வந்தது. குடும்பத்தில் ஒருவருக்கு அறுவை சிகிச்சை. அதன் காரணமாக மருத்துவமனையிலேயே நானும் பத்து நாள்களுக்கும் மேல் தொடர்ந்து தங்க நேர்ந்தது.

‘சிறப்பான மருத்துவமனை. மிகவும் நன்றாக நடத்தப்படுகிறது. நல்ல வழிமுறைகள் வைத்திருக்கிறார்கள். அவை சரியாக இயங்குகின்றன’

அங்கு சென்று வந்த பிறகு அந்த மருத்துவமனை பற்றி, சந்தித்த பலரிடமும் நான் விடாமல் தொடர்ந்து சொல்லி வந்த வார்த்தைகள்தான் இவை. கிட்டத்தட்ட நான், அவர்களுக்குத் தெரியாத, அவர்கள் நியமிக்காத ஒரு விளம்பரதாரரே ஆகிவிட்டிருந்தேன்.

ஏன் அப்படி? எனக்கு நானாக பலரிடமும் வலிந்து சொல்லுகிற அளவு திருப்தி வந்தது எதனால்? அதற்கான காரணங்கள் என்ன?

மருத்துவமனை அமைந்துள்ள இடத்தின் மிகப்பெரிய பரப்பளவா? அங்கு ஓங்கி வளர்ந்துள்ள எண்ணற்ற மரங்களா? அந்த

மரங்களினால் அந்த வளாகம் முழுவதும் படர்ந்துள்ள பசுமையா? பிரம்மாண்டமான கட்டடங்களா? நவீன இயந்திரங்களா?

அப்படிப்பட்ட சிறப்புகள் உள்ள மருத்துவமனைகள் சென்னை யிலேயே இன்னும் பல உள்ளன. ஆனால் என்னுடைய மகிழ்ச்சிக்கும் திருப்திக்கும் வியப்புக்கும் காரணமானவர்கள், அந்த மருத்துமனையின் ஊழியர்கள்.

மருத்துவர்கள், செவிலியர், உதவியாளர்கள் பல்வேறு துறை யினைச் சார்ந்த ஊழியர்கள். சிறப்பு மருத்துவர்கள் முதல் லிஃப்ட் ஆபரேட்டர்கள் வரை ஒவ்வொருவரும் அக்கறையாக, வேலை ஒழுங்கு முறையுடன் நடந்து கொண்ட விதமே என்னை பெரிதும் கவர்ந்தது.

நான் மட்டுமில்லை. வந்து போகிற ஒவ்வொரு நோயாளி மற்றும் அவர்தம் உறவினர்களும் இப்படியேதான் எண்ணு வார்கள் என்று நினைக்கிறேன்.

இரவு முழுக்க உறங்காமல், பல்வேறு அறைகளிலும் படுத்திருக் கும் நோயாளிக்கு, நேரந்தவறாமல், டெம்ப்பரேச்சர் பார்ப்பது. ரத்தக் கொதிப்பு சோதிப்பது, மருந்து மாத்திரைகள் கொடுப்பது, குளுக்கோஸ் பாட்டில் மாற்றுவது. தவிர, சிரமப்படும் நோயாளி களுக்காக மருத்துவர்களை தயங்கித் தயங்கி தொடர்பு கொண்டு, விபரம் சொல்லிக் கேட்டு, மருந்துகள் கொடுப்பது, மலம், சிறுநீர் கழிக்க உதவுவது. இவற்றையெல்லாம் ஒவ்வொருமுறையும் புன்முறுவலுடன் உண்மையாக, அக்கறையாக செய்து கொடுப்பது.

இரவு முழுக்க விழித்திருப்பது மட்டுமல்ல, காலை ஷிஃப்டுக்கு வரும் நர்ஸ்களுக்கு ஒவ்வொரு நோயாளி பற்றிய மாறுதல் களைத் தெரிவிப்பது என்று பொறுப்புகளை ஒப்படைத்து விட்டுத்தான் கிளம்கிறார்கள்.

அவர்களிடம் இருந்து ‘டேக் ஓவர்’ செய்த அல்லது ‘சார்ஜ்’ எடுத்துக் கொள்ளும் நர்ஸ்களின் வேலை உடன் தொடங்கும். விசிட் வருகிற மருத்துவர்கள் பின்னாலேயே ஓடி விபரம் சொல்ல, குறித்துக்கொண்டு... நர்ஸ்களை கையெடுத்துக் கும்பிடத் தோன்றுகிறது. ஊழியம் என்றால் இதுதான் ஊழியம் என்று சொல்ல வைக்கிற அர்ப்பணிப்புடன் செய்கிற சேவை அது என்று ஓரிரு நாள்கள் அருகிலிருந்து பார்த்தால் புரியும்.

விசாரிக்கிற, நச்சரிக்கிற, பயப்படுகிற, கோபம், எரிச்சல்படுகிற, உண்மையை மறைக்கிற என்று எத்தனையோ விதமான நோயாளிகளைப் பொறுமையாக சோதிக்கிற மருத்துவர்கள். பலமணி நேரம் உணவின்றி, பலருடைய உயிருக்காகவும் ஆரோக்கியத்துக்காகவும் உழைக்கிற மருத்துவர்கள். வீடு திரும்பிய பின்பும் தங்கள் பராமரிப்பின் கீழ் இருக்கும் நோயாளிகளுக்காக தூக்கம் தொலைத்து தொலைபேசி வழியாக மெனக்கிடும் மருத்துவர்கள். போற்றத்தக்க பணி.

மருத்துவமனைகளில் மட்டும்தானா இப்படி? எல்லா பணி இடங்களிலும் இப்படிப்பட்டவர்களும் உண்டு, இப்படிபட்ட ஊழியங்களும் உண்டு.

BHEL, NLC, LIC போன்ற எத்தனையோ பொதுத்துறை நிறுவனங்களில், அரசு நிறுவனங்களில் வேலையை இழுத்துப்போட்டுக் கொண்டு செய்பவர்கள் ஏராளம் உண்டு. பார்த்திருக்கிறோம். எவ்வளவு செய்தாலும், அவர்களுடைய நிர்வாகத்தால் அவர்களுக்கு ஏதும் பெரிதாக கொட்டிக் கொடுத்துவிட முடியாது. பதவியுயர்வுகளும் இத்தனை ஆண்டுக்கு ஒருமுறைதான், வரிசைப்படிதான் என்கிற வரைமுறைகளும் அங்கு உண்டு. ஆனாலும் செய்வார்கள். சொந்த நிறுவனத்துக்கு உழைப்பது போல உழைப்பார்கள். ரிஸ்க் எடுப்பார்கள். அவர்களாக இழுத்துப்போட்டுக் கொண்டு செய்வார்கள்.

இதெல்லாம் எப்படி சாத்தியம்? தனியார் நிறுவனங்கள் போல, வேலை பாதுகாப்புக்கு இங்கெல்லாம் பிரச்னையில்லையே. ஆனாலும் ஏன் மற்ற பலரைப் போல, 'எது என்ன ஆனால் எனக்கென்ன!' என்று ஒதுங்காமல், 'என் சொந்த வேலையைப் பார்த்துக் கொள்ள வசதியான இடம்' என்று ஏமாற்றாமல் எதனால் பெறும் ஊதியத்துக்கும் கூடுதலாகவே வேலை செய்கிறார்கள்?

அந்த மருத்துவமனை சரி, அந்த பெல் போன்ற தொழிலகங்களும் சரி. இதுதான் உலகமா? ஊழியர்கள் அனைவருமே இப்படிப்பட்டவர்கள்தானா?

இல்லை என்பது எனக்கும் தெரியும், உங்களுக்கும் தெரியும்.

இப்படி இல்லாதவர்களும் எல்லா இடங்களிலும் உண்டு. தாமதமாக வருகிற, எரிச்சல் படுகிற, சலித்துக் கொள்கிற,

சங்கடப்படுகிற ஊழியர்கள். 'பின் வந்து முன் செல்ல' விரும்பு பவர்கள். வந்ததும் கேண்டீன், பின்பு தினசரிகள் படிப்பது, அரட்டை அடிப்பது, சொந்த வேலைகள் செய்வது, பர்மி ஷன்கள் கேட்பது தவிர அடிக்கடி விடுப்புகள் எடுப்பது, வேலை யிடத்தில் சண்டை சச்சரவு, குட்டி கலாட்டாக்களில் ஈடுபடுவது, வேலை செய்பவர்களைத் தடுப்பது, தடுத்தும் கேளாமல் தொடர்ந்து வேலை செய்பவர்களை இழிவாகப் பேசுவது என்று ஊதியம் தரும் நிறுவனத்துக்கு முழு தொந்திரவாகவே சிலர் இருப்பார்கள்.

இது நடந்து ஒரு பத்துப் பதினைந்து ஆண்டுகள் இருக்கலாம். சென்னை பார்வையில் ஒரு துணிக்கடைக்குப் போயிருந்தேன். அரசின் துணிக்கடை. மாலை மணி சுமார் நான்கு. கடையில் வாடிக்கையாளர் எவரும் தென்படவில்லை. காலியாகக் காணப் பட்டது. கௌண்டர்களுக்கு பின்னாலும் ஊழியர்கள் எவரையும் காணோம்.

கவனித்துப் பார்த்ததில் கௌண்டரின் ஓரத்தில் இருவர் தெரிந் தனர். அருகில் போனால், கௌண்டருக்குப் பின்னால் இன்னும் இருவர். நால்வரும் சத்தமாக சிரித்துப் பேசிக் கொண்டிருந்தனர். ஒருவர் கிட்டத்தட்ட அந்த கௌண்டரின் மீது படுத்திருக்காத குறைதான்.

நான் அங்கு போய் நின்றதை எவரும் கண்டுகொண்டதாகவே தெரியவில்லை. நான் தொண்டையைச் செருமினேன். நிமிர்ந்து பார்த்த நபரது பார்வையில் நிச்சயமாக சினேகமில்லை. 'என்ன' என்றார்.

'பேண்ட் துணி பார்க்கணும்...' என்று சொல்லியபடியே கண் களை மேல் தட்டுகளில் அலையவிட்டேன். அங்கே துணிகள் குறைவாக இருந்ததால், 'வேற ஏதாவது...' என்றேன்.

'அவ்வளவுதான். வேற இல்ல' என்று பட்டெனச் சொல்லிவிட்டு அவர் பேசிக்கொண்டிருந்த விஷயத்தினை தொடர்ந்தாரே பார்க்க வேண்டும். என்னுடைய விடாப்பிடியான அடுத்தடுத்த கேள்விகளுக்கும் வரவேற்பில்லை.

'அடடா! எங்களை ஏன் தொந்திரவு செய்கிறீர்கள்? கிளம்புங்கள்' என்று சொல்லாமல் சொல்லியது அவர்கள் பார்வைகளும் நடவடிக்கைகளும்.

'பாவம் அந்த நிறுவனம்' என்று நினைத்துக்கொண்டு வெளி யேறினேன்.

இது வேறு இடம். வங்கிக் கிளை ஒன்றில் ஒன்றிரண்டு ஆண்டுகளுக்கு முன் கிடைத்த அனுபவம். தேசியமயமாக்கப் பட்ட வங்கி அது. பக்கம் பக்கமாக இருந்த கவுண்டர்களில், நீளம் குறைவாக தெரிந்த ஒரு வரிசையில் கையில் பாஸ் புத்தகத்துடன் சேர்ந்து கொண்டேன்.

கௌண்டருக்குப் பின்னால் இருந்தவர் உடனே நிமிர்ந்து, என்னைப் பார்த்துக் கேட்டார்.

'என்ன வேண்டும்?'

'டி.டி. எடுக்கணும்.'

அடுத்த கௌண்டரைக் காட்டி 'அங்க போங்க...' என்றார். நகர்ந்து அடுத்த கௌண்டருக்குப் போனேன். அந்த கௌண்டர் நபரும் உடனேயே நிமிர்ந்து பார்த்தார்.

'என்ன?'

'டி.டி.'

'நேரமாகும்...'

பரவாயில்லை என்று அதே வரிசையில் தொடர்ந்து நின்று, என் முறை வந்ததும் டி.டி. விண்ணப்ப படிவத்தை நீட்டிய உடன் விருட்டென வாங்கிப் பார்த்து தேடி, உடன் அதில் தேதி எழுதியிருக்கவில்லை என்பதைக் கண்டுபிடித்து திருப்பிக் கொடுத்துவிட்டு, அதே வேகத்தில் உடன் எனக்குப் பின்னால் நின்றவரிடம் அவரே கையை நீட்டி அவரிடமிருந்த விண்ணப் பத்தை வாங்கிக் கொண்டது மட்டுமில்லாமல், குனிந்து தேதி எழுதிக் கொண்டிருந்த என்னை நகர்ந்தும் நிற்கவும் சொன்னார்.

அவர் சொல்லியும் கேட்காமல் அவருடைய கௌண்டர் வரிசை யில் நின்று அவருடைய வேலையை அதிகரித்த என் மீது அவ் வளவு எரிச்சல். ஒரு விரோதியை நடத்துவதுபோல உணர்ந் தேன். அதன்பிறகும், அந்த வங்கிக்குச் சென்றுகொண்டுதான் இருக்கிறேன், விருப்பமின்றி.

அரசின் துணிக்கடை நிர்வாகமோ, அந்த தேசியமயமாக்கப் பட்ட வங்கியின் நிர்வாகமோ அங்கு நடந்தவைகளுக்கு

நேரடியாக பொறுப்பு இல்லை. அதே நிறுவனங்களின் எல்லா கிளைகளிலும் அப்படியே நடக்கும் என்று சொல்லமுடியாது. ஆனால் அங்கே நடந்தது. அங்கிருந்தவர்கள் அப்படி நடந்து கொண்டார்கள்.

அவர்கள் ஏன் அப்படி நடந்து கொண்டார்கள்!

கட்டாயம் பதில் தேட வேண்டிய கேள்வி.

இதே நிலை எந்த நிறுவனத்திலும் இருக்கலாம் அல்லது வரலாம். திண்டுக்கல்லில் இருக்கும் ஒரு கல்லூரிக்கு சென்று வந்த என் சிநேகிதர் (பயிற்சியாளர்) ஒருவர் சொன்னது, அங்கிருக்கும் மாணவர்கள் அவர்களுடைய, ஆசிரியர்களை வழியில் பார்த்தால் வணக்கம் சொல்லுவதில்லை, புன்னகை செய்வதுகூட இல்லை என்பதைப் பற்றி.

'ஏன்?'

'ஆசிரியர்கள் வருவார்கள். அட்டென்டன்ஸ் எடுப்பார்கள். போர்டில் எழுதுவார்கள். போய்விடுவார்கள். வேறு பேச்சுகள் இருக்காது. அப்படியிருக்கும்போது எப்படி மாணவர்கள் மட்டும்...'

ஏன் அந்த ஆசிரியர்கள் அப்படி ஆர்வம், ஈடுபாடு இன்றி வேலை செய்கிறார்கள்? இதுவும் ஆராய வேண்டிய விஷயம்தானே.

விரும்பி உழைப்பவர்கள். ஒதுங்கிச் செல்பவர்கள். தொந்தரவு செய்கிறவர்கள். எல்லா வகையினருமே உண்டு.

எத்தனையோ பள்ளிகள், கல்லூரிகள், நிறுவனங்கள், தொழிற் சாலைகள், கடைகள், மற்ற அமைப்புகள். எல்லாவற்றிலும் மனிதர்கள். பல்வேறுபட்ட மனிதர்கள்.

★ தான் செய்யவேண்டியதைவிட கூடுதலாக இழுத்துப் போட்டுக் கொண்டு உழைப்பவர்கள்.

★ கொடுத்த வேலையை மட்டும் செய்பவர்கள்.

★ செய்ய வேண்டியதை முழுமையாகச் செய்யாதவர்கள்.

★ வேலை செய்யாதது மட்டுமல்லாமல், பிரச்னையும் செய் பவர்கள்.

எதனால் ஊழியர்கள் இப்படியெல்லாம் நடந்துகொள்கிறார்கள்? இவை நிறுவனத்தினைப் பொருத்ததா? அல்லது ஊழியர்களின் தனிப்பட்ட குணநலன் தொடர்பானதா? ஒரு நிறுவனத்தில் இருப்பவர்கள் அனைவருமே ஒரேமாதிரிதான் இருப்பார்களா? ஒரே அதிகாரியிடம் பணியாற்றும் எல்லோருமே ஒரே மாதிரி நடந்துகொள்ளுவார்களா?

இந்த வேறுபாடுகள் எதனால் ஏற்படுகின்றன? இவற்றுக்கான காரணங்கள் பற்றி ஏதும் ஆராயப்பட்டிருக்கிறதா?

இதனைச் சற்று தீவிரமாகவே ஆராய்ந்திருக்கிறார்கள். அவற்றின் முடிவுகள் இதோ.

மூன்று தேவைகள்

ஒரு நபர் மிகச் சிறப்பாக பணி செய்வதற்கு, முக்கியமாக மூன்று தேவைகள் நிறைவேற வேண்டும். அந்த மூன்றில் எந்த ஒன்று குறைந்தாலும், வேலை சிறப்பாக அமைய முடியாது.

இந்த மூன்றுமே முக்கியம் என்றாலும் எல்லாம் ஒரே அளவு முக்கியமல்ல. ஆனாலும் முக்கியத்துவத்தின் அடிப்படையில் வரிசைப்படுத்தாமல், சரியாகப் புரிந்துகொள்ள உதவும் வேறு ஒரு வரிசையில் பார்க்கலாம்.

அ) செய்கிற வாய்ப்பு

ஒருவர் சிறப்பாக வேலை செய்வதற்கான வாய்ப்பு நிறுவனத்தில் இருக்க வேண்டும். வாய்ப்புகள் பல வகைப்படும்.

★ எந்திரங்கள்

சில மருந்து நிறுவனங்கள், சோப்பு, பவுடர், ஷாம்பு தயாரிக்கும் நிறுவனங்களில் உள்ளவர்களால் மிகப்பெரிய அளவுகளில் அந்தப் பொருள்களைத் தயாரிக்க முடியாது. காரணம், அவர்களிடம் அதற்கான எந்திரங்கள் இருக்காது. எந்திரங்கள் இல்லாதது எதனால், அதற்கு யார் பொறுப்பு? வேலை செய்பவரல்ல. நிறுவனமே பொறுப்பு.

★ பண முதலீடு

வேறு சில நிறுவனங்களில் முதல் போட்டு செய்ய போதிய அளவு பணம் (வொர்க்கிங் கேப்பிடல்) இருக்காது. அதனால்

விற்பனை, வியாபாரம் குறைவாகவே நடக்கும். நிறுவனத்தினால் தர முடியாத உதவி. அதனால் சிறப்பாக நடக்க முடியாத வேலை.

ஒரு சில நிறுவனங்கள், மார்கெட்டிங் மட்டும் விளம்பரத்துக்காக பணம் செலவழிக்க முடியாத நிலையில் இருக்கலாம்.

★ மனிதவளம்

சென்னையில் சரவணபவன் ஹோட்டலுக்குச் செல்லும் போதெல்லாம் என் கண்ணில்படுவது, அங்கிருக்கும் பணியாளர்கள் எண்ணிக்கை. 'அட, எவ்வளவு பேர் இருக்கிறார்கள்!' என்றே எண்ணி வியப்பேன். ஆர்டர் எடுக்க, சப்ளை செய்ய, டேபிள் கிளீன் செய்ய, மேற்பார்வை செய்ய என்று திரும்பிய பக்கமெல்லாம் பல்வேறு சீருடைகளில் தென்படுவார்கள்.

இப்படி பலர் இருப்பதால், வேலை செய்யும் ஒவ்வொருவராலும் தங்கள் வேலையை முழுமையாகச் செய்ய முடியும். மொத்த நபர்கள் தேவைக்கும் குறைவாக இருக்கும்பட்சம், வேலை செய்பவர்களுக்குப் பெரும் சுமையாகத் தெரியும். அந்த நினைப்பு அவர்கள் செய்யும் வேலையின் தரத்தினைப் பாதிக்கும்.

★ போதிய நேரம்

பணம் தவிர, ஒரு வேலை சிறப்பாக முடிவதற்கு தேவையான மற்றொன்று, நேரம், வேலையை முடிக்கப் போதிய நேரம்.

'சீக்கிரம் சீக்கிரம்' என்று விரட்டிக் கொண்டேயிருந்தால், வேலை முடியலாம். ஆனால் சரியாக, சிறப்பாகச் செய்து முடிக்கப்படும் என்று சொல்ல முடியாது. சில நிறுவனங்களால் அல்லது மேலதிகாரிகளால், என்ன காரணத்தினாலோ, ஒரு வேலையை செய்து முடிக்க, ஊழியர்களுக்கு போதுமான அளவு நேரம் தர முடியாது. 'நான் என்ன செய்யட்டும், என்னை விரட்டுகிறார்களே' என்று அவர்கள் சொல்லக்கூடும். காரணம் யாராக இருந்தால்தான் என்ன? பணியாரம் வேக வேண்டுமென்றால் அதற்கு குறிப்பிட்ட நேரம் ஆகத்தானே செய்யும்.

அவசரக் கோலத்தில் செய்து முடித்தால் தரம் சுமாராகத்தான் இருக்க முடியும். அது ஊழியர்களோ, மாணவர்களோ, அவர்களே விரும்பினாலும்கூட, செய்து முடிக்கத் தேவையான அவ

காசம் அவர்களுக்குக் கிடைக்காவிட்டால், சிறப்பாகச் செய்ய முடியாது. ஆராய்ச்சி செய்பவர்களுக்கு, புதிய பொருள்களை வடிவமைப்பவர்களுக்கு, கலைஞர்களுக்குப் போதிய நேரம் என்பது அடிப்படைத் தேவை.

★ தேவையான தகவல்கள், விபரங்கள்

சில வேலைகளுக்குச் சரியான தகவல்கள் கிடைத்தால்தான் வேலையை முறையாகச் செய்து முடிக்க முடியும். இவற்றை எல்லாம் 'ஆர்கனைசேஷனல் சப்போர்ட்' என்கிறார்கள். நிறுவனம் செய்துதர வேண்டியவை. உதாரணத்துக்கு எல்லா தகவல்களும் சரியாகக் கிடைத்தால்தான் ஒரு காஸ்ட் அக்கவுண்டன்டால் சிறப் பாக அவர் பணியைச் செய்ய முடியும். நிறுவனம் தகவல்களை என்ன காரணத்துக்காகவேனும் அவரும் தர மறுத்தால்?

★ செய்யும் அதிகாரம்

ராணுவம், போலீஸ் போன்ற வேலைகளுக்குத் தேவையான 'நிறுவனம் தரும் உதவி' என்ன தெரியுமா? அதிகாரம்தான். அரசு ஊழியர்களுக்கும் இது பொருந்தும் 'நாங்கள் என்ன செய்ய, எங்கள் கைகள் கட்டப்பட்டிருக்கின்றன' என்று சிலர் சொல்லு வதைக் கேட்டிருக்கிறோம். உத்தரவு வந்தால் மட்டுமே சிலரால் அவர்களுடைய வேலைகளைச் சிறப்பாக செய்ய முடியும். அதிகாரம் அவர்கள் கையில் இல்லை. அரசு நிறுவனங்கள்தான் என்பதில்லை. தனியார் நிறுவனங்களிலும்கூட சில 'சக்தி பீடங்கள்' இருக்கும். அவர்கள் சொல்லாமல் எதுவும் நடக்க முடியாது. அங்கேயெல்லாம் நடந்து முடியாத வேலைகள் அனைத்துக்கும், பணியாற்றும் நபர்கள் காரணமாக இருக்க மாட்டார்கள். செய்துமுடிக்க தேவையான அதிகாரம் கிடைக் காமல் இருக்கலாம்.

★ குழுக்கள்

சில வேலைகள் குழுவாகச் செய்யப்பட வேண்டியவை. தனியாள் எவ்வளவு ஆர்வமாக இருந்தாலும், வேகமானவராக, திறமையானவராக இருந்தாலும் வேலை முடியாது. விளை யாட்டு குழுக்கள், அணிகள் மட்டுமல்ல, கல்வி நிறுவனங்கள், வியாபார நிறுவனங்கள், அரசு நிறுவனங்கள் என்று பல இடங் களிலும் இப்படிப்பட்ட குழுக்களால் பலர் சேர்ந்து செய்ய வேண்டிய வேலைகள் இருக்கும்.

நிறுவனம்தான் குழுவை தேவைப்பட்டால் சரிசெய்ய வேண்டும். அதுதான் அங்கே தேவைப்படும் 'ஆர்கனைசேஷனல் சப்போர்ட்.'

★ ஏதுவான வழிமுறைகள்

வேலையைச் செய்ய வேண்டிய வழிமுறைகள் கூட வேலையின் தரத்தைப் பாதிக்கலாம். சட்டங்களில் உள்ள ஓட்டைகள் இந்த வகையைச் சேரும். விதிமுறைகள், வழிகாட்டல்கள். யார் யாரைக் கேட்டுச் செய்ய வேண்டும். எது முதலில், எது அடுத்தது? இப்படியெல்லாம் சில வழிமுறைகள் எல்லா நிறுவனங்களிலும் உண்டு. அவற்றில் சில, திறமையாளரின் வேகத்தை மட்டுப்படுத்தலாம்.

என்னதான் திறமையான சமையல்காரர் ஆக இருந்தாலும், புத்தம் புது அரிசி, அழுகிய காய்கறிகள் என்று கொடுத்தால், அவரால் தான் என்ன செய்ய முடியும். இடுபொருள்களின் தரமும், வேலையின் தரத்தை முடிவு செய்யும்.

ஒலிம்பிக்கில் இந்தியாவுக்குக் கிடைக்கும் பதக்கங்கள் சொற்பம் என்றால், சரியான உபகரணங்கள், தடகளங்கள், ஆரோக்கிய மான உணவு, செலவுக்கான பணம் போன்ற அதி அவசியமான விஷயங்கள் எல்லா வீரர்களுக்கும் கிடைக்காததும் அல்லவா?

ஆக, வேலைகள் சிறப்பாக முடிய, அவசியத் தேவை, நிறுவனம் தர வேண்டிய பலவிதமான உதவிகள், சுருக்கமாக 'ஆர்கனை சேஷனல் சப்போர்ட்.'

அடுத்தது என்ன?

ஆ) செய்யும் திறன்

ஒரு தொழிலகத்தில், கிடங்கு ஒன்றில் தீப்பிடித்துக் கொள்கிறது. பற்றி எரிகிறது. பரவுகிறது. பலரும் ஓடி வருகிறார்கள். தீயை அணைக்க வேண்டும் என்று பதறுகிறார்கள். அருகில் சுவரில் மாட்டியிருந்த தீயணைப்பானை ஒருவர் எடுக்கிறார். அப்படியும் இப்படியும் திருப்புகிறார். துருத்திக் கொண்டிருந்ததை எல்லாம் கண்ணில் பட்டதையெல்லாம் அழுத்துகிறார். அதிலிருந்து ஒன்றும் வரவில்லை. தீ தொடர்ந்து எரிகிறது.

அவரிடமிருந்து அடுத்தவர் பிடுங்குகிறார். அவருக்கும் இதனை எப்படி இயக்குவது என்று தெரியவில்லை. உருட்டுகிறார்,

தட்டுகிறார், குலுக்குகிறார். ஊஹூம். தீ வேகமாகப் பரவுகிறது. எல்லோரும் கத்துகிறார்கள். ஏதாவது செய்! ஏதாவது செய்!

அந்த 'பயர் எக்ஸ்டிங்கிஷ'ரால் தீயை அணைக்க முடியும் என்று அவர்களுக்குத் தெரியும். ஆனால் அதனை இயக்க முடிய வில்லை. பின்பு ஒருவர் அதனை வைத்திருப்பவரிடமிருந்து சடாரெனப் பிடுங்கி எரிகிற தீயிலேயே போடுகிறார். அப்போ தாவது தீ அணைகிறதா என்று பார்க்கிறார்.

தீயணைப்பான் இருந்தும், நேரத்துக்கு நபர்கள் வந்துவிட்டும் கூட அந்தக் கிடங்கு முழுவதும் எரிந்து சாம்பலாகிறது. என்ன காரணம்? தெரியவில்லை என்பதுதானே! உபகரணங்கள் இருந் தால் போதாது, ஆள்கள் இருந்தாலும் போதாது. திறமையான வர்கள், வேலை தெரிந்தவர்கள் வேண்டும். இதனை Competence என்பார்கள். செய்திறன் என்று தமிழில் சொல்லலாம்.

ஆகாய விமானம் ஓட்ட வேண்டும், பத்திரிகை நடத்த வேண்டும். திரைப்படத்தை இயக்க வேண்டும், விருந்து சமைக்க வேண்டும். நாட்டியம் ஆடவேண்டும், நகை செய்ய வேண்டும், நாடகத்தில் நடிக்க வேண்டும், ராக்கெட் அனுப்ப வேண்டும். ராணுவத்துக்கு தலைமை தாங்க வேண்டும்.

ஒரே நபரால் இவை எல்லாவற்றையும் ஒரே போல உயர்தர மாகச் செய்ய முடியுமா?

மேலே பார்த்தவற்றைச் செய்ய தனித்தனி செய்திறன் தேவை. செய்திறனின் கூறுகள் என்ன?

தனிமனித செய்திறன்

ஒருவரது வயது என்ன? உயரம் என்ன? என்பது போன்ற தனிப்பட்ட உடல் சார்ந்த விஷயங்கள். இளவயதில் கூடுதல் சுறுசுறுப்பு இருந்தால் வயது ஆக ஆக அது குறையலாம். தவிர உடல்வாகு, மெலிவானவர், தடிமனானவர், உயரங்கள், ஆரோக் கியம் போன்றவையும் செய்திறனை நேர்மறையாகவோ, எதிர் மறையாகவோ பாதிக்கக் கூடியவை. ராணுவம், காவல்துறை, பாதுகாப்புத் துறை (செக்யூரிட்டிகள்), விளையாட்டுத் துறை போன்றவற்றுக்கு நபர்கள் தேர்வு செய்யும்போது, கண்பார்வை, நுரையீரல் வலிமை போன்றவற்றைக்கூட சோதித்துப் பார்க் கிறார்கள்.

அடுத்தது, திறன்கள். Aptitude என்பார்கள். அதற்கான தனித் தேர்வுகளே உண்டு. புரிந்து கொள்ளும் மற்றும் கற்றுக்கொள்ளக் கூடிய திறன். இதற்கும் வயதுக்கும் தொடர்பில்லை. உதாரணத் துக்கு அலைபேசிகளைப் பற்றி பெரியவர்களைவிட சிறியவர் கள் அதிகம் தெரிந்து வைத்திருப்பார்கள். அதில் வருகிற மாற்றங் களை உடனுக்குடன் புரிந்து கொள்வார்கள்.

தர்க்கம் என்று தமிழில் சொல்லப்படும் 'லாஜிக்' என்பதும் மற் றொரு திறமை. சில வேலைகளுக்கு லாஜிக்கில் திறன் உள்ளவர்களுக்குத்தான் வேலை. அந்தத் திறன் பெற்றவர்களால் அந்த வேலைகளைச் சிறப்பாக செய்ய முடியும். அப்படிப் பார்த்தால் தனிமனித செய்திறன்களில் எவையெல்லாம் வரும்? அவற்றை எப்படி பகுதி பிரிக்கலாம்?

- உரிய படிப்பு
- முறையான பயிற்சி
- தேவையான அனுபவம்
- சரியான வயது
- ஒத்துவரும் உடல்வாகு / உடல் நலம்

இப்படி பல பகுதிகளாகப் பிரிக்கலாம். ஒவ்வொரு வேலைக்கும் மேற்சொன்ன செய்திறன், தேவைகள் மாறுபடலாம். திரைப் படம் இயக்கவோ, விருந்து சமைக்கவோ படிப்பு தேவையில்லா மல் இருக்கலாம். நகை செய்ய உரிய அனுபவம் தேவைப்பட லாம். செய்திறன் என்பது இவை மட்டுமல்ல.

'வேல்யூஸ்' எனப்படும் மதிப்பீடுகள், 'ஆட்டிடியூட்' எனப்படும் மனோபாவம் போன்றவற்றின் தேவைகளும் வேலைக்கு வேலை மாறுபடலாம்.

ஜேவியர் என்று ஒரு நபர். காவல்துறையில் பல ஆண்டுகள் பணிபுரிந்துவிட்டு, ஓய்வு பெற்றவர். அறுபது வயது முடிந்து அரசுப் பணியில் இருந்து ஓய்வு கிடைத்ததே தவிர, அவரால் வேலை செய்வதை நிறுத்த முடியவில்லை. காரணம், அவரைத் தெரிந்தவர்கள் பலரும், விரும்பி விரும்பி அவரை வேலைக்கு அழைத்துக் கொண்டேயிருக்கிறார்கள்.

'கழுத்தை அறுத்தாக்கூட மனுஷர் எதையும் வெளியில சொல்ல மாட்டார்' என்பார்களே - அப்படிப்பட்டவர்

ஜேவியர். ஒவ்வொரு தினமும், லஞ்சம் வாங்கும் நபர்களை எங்கே கண்ணி வைத்துப் பிடிக்கப் போகிறார்கள் என்பது ஜேவியருக்குத் தெரிய வரும். அந்த இடத்தில் அவர் இருந்தார். ஆனால் யார் அதைப் பற்றி வாய்விட்டு கேட்டாலும் கூட, மனிதர் வாயைத் திறக்கமாட்டார். மற்ற துறைகளில் இருக்கும் சில மிகப்பெரிய அதிகாரிகளே கேட்டாலும், ஜேவியர் வாயிலிருந்து அன்றைக்கு வேட்டை எங்கே என்கிற தகவல் மட்டும் சிறிதளவும் வராது.

இதுவும் ஒருவகை காம்பிடென்ஸ்தான். சில வேலைகளுக்கு இந்த அழுத்தமும் சாமர்த்தியமும் நேர்மையும் மிக அவசியம். இல்லாவிட்டால் வேலை சரியாக முடியாது.

இப்படி வேலைக்கு வேலை தேவைப்படும் திறன்கள் வேறு படலாம். இப்படி பல்வேறுபட்ட திறமைகள் இருக்கின்றன. (பின் இணைப்பு 1)

இ) செய்யும் விருப்பம்

செய்யும் வாய்ப்பு வசதிகள் இருக்கின்றன. செய்யக் கூடிய திறமையுள்ள ஆள்தான். இதனாலேயே வேலை ஆகிவிடும் என்று சொல்ல முடியுமா?

ஆரம்பத்தில் பார்த்த துணிக்கடை, வங்கிக் கிளைகளில் இருந்த வர்களுக்கு என்ன குறை? அங்கு என்ன குறைபாடு?

மனிதர்களில் எல்லா வகையினரும் உண்டு. வசதி வாய்ப்புகள் குறைவாக இருந்தாலும் முயற்சி செய்வார்கள். அவர்கள் அனு சரித்து, ஈடுகட்டி செய்பவர்கள். தன்னிடம் செய்திறன் ஒத்துவரா விட்டாலும், உழைப்பு, கூடுதல் நேரம், மற்றவர் உதவி பெற்றே னும் முடித்து விடுபவர்கள் இருக்கிறார்கள்.

இதற்கு நேர் எதிர்மாறானவர்களையும் சந்திக்கிறோம். இரண்டுக் கும் இடைப்பட்டவர்களும் உண்டு. அப்படியென்றால், 'ஆர்கனைசேஷனல் சப்போர்ட்' , செய்திறன் தவிர வேறு ஏதோ ஒன்று இருக்கிறது. அதுதான் செயலைச் செய்து முடிக்க மிக முக்கியமானதாகிறது.

அதனை ஆங்கிலத்தில் வில் (Will) எனலாம். செய்ய வேண்டும் என்கிற தேவை, ஆர்வம், முனைப்பு செய்பவரிடம் வேண்டும்.

அது இருந்தால்தான் காரியம் ஆகும். இல்லாவிட்டால் சாக்கு போக்கு சொல்லிக்கொண்டு காத்திருப்பார்கள்.

அந்த உந்துதல் இருப்பவர்கள், இல்லாதவர்களைப் பற்றியே பேசிக் கொண்டிராமல், மாற்று ஏற்பாடுகள் செய்து கொண்டோ, இருப்பதை வைத்தே ஒப்பேற்றியோ வேலையை முடித்து விடுவார்கள். ஆமாம், புல்லும் ஆயுதமாகிவிடும்.

துரோணர் என்கிற வில்வித்தையில் மிகச்சிறந்த குரு, ஏகலை வனுக்கு கிடைக்கவில்லை (ஆர்கனைசேஷனல் சப்போர்ட்). ஆனாலும் விடாமுயற்சியாக அவரை தூரத்தில் இருந்து மறைந் திருந்து பார்த்தே கற்றுகொண்டு, துரோணரிடம் நேரடியாகப் பயின்ற மாணவர் அர்ஜுனனைவிட சிறப்பாகவே வீரர் ஆனது எப்படி? ஆக, இது தமிழ் 'வில்' மட்டுமில்லை, Will-ம்கூட!

இளையராஜா, கங்கை அமரன் போன்றவர்கள் எல்லாம் ஆரம்ப காலத்தில், அவர்கள் துறை சார்ந்த கருவிகள் கிடைக்காத போதும், இருந்தனவற்றைக் கொண்டே பயிற்சி செய்ய வில்லையா?

தெரு விளக்கில் படித்து மேதையானவர்கள் உதாரணங்களுக்குக் குறைவில்லையே. சமீபத்திய உதாரணம் உலகின் சிறந்த மேலாண்மை நிறுவனங்களில் ஒன்றான ஐ.ஐ.எம். (அகமதா பாத்தில்) படித்து முடித்து மிகப்பெரும் ஊதியத்துடன் கிடைத்த வேலைகளை தவிர்த்துவிட்டு, சொந்தமாக புட் கிங்ஸ் என்ற நிறுவனம் தொடங்கி இரண்டாயிரம் நபர்களுக்கு வேலை கொடுத்திருக்கும் சரத்பாபு. சென்னை மாநகராட்சி பள்ளி ஒன்றில் சத்துணவுகூட ஆயாவின் மகன் அவர். பள்ளிப்படிப்பின்போது, தாயார் செய்து வந்த இட்லி வியாபாரத்துக்கு உதவியாக இருந்து கொண்டே படித்தவர்.

ஊக்கம், முனைப்பு, செய்யும் ஆர்வம். இவை இருந்தால் போதும், மற்ற குறைகளை மிஞ்சி செயல்படுவார்கள். சாதனை களே செய்து காட்டுவார்கள்.

ஆக, எந்த இடத்தில் எந்த செயல் முடிந்தாலும் அங்கே இந்த மூன்றும் சங்கமிக்க வேண்டும். அளவுகள் வேறுபடலாம். இதனை ஒரு தொடர்பு படமாக வரைவதென்றால் இப்படி வரையலாம்.

மனிதர்களின் செயல்பாட்டு சூத்திரம்

செயல்பாடு = தனிமனித திறன்கள் x முயற்சி x வேலையிடத்தின் சப்போர்ட்

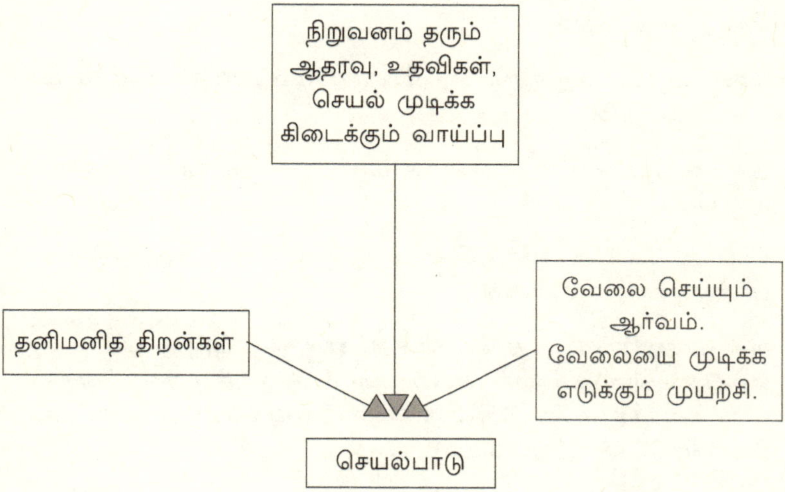

இதனை வேலைக்கு எடுக்க வேண்டியவரிடம் இருக்க வேண்டியவை, நிறுவனத்தில் இருக்கும் நாம் தரவேண்டியவை எனும் வகைகளில் பிரித்துப் பார்ப்பதென்றால், இப்படிச் செய்யலாம்.

நபரிடம் தேவைப்படும் தகுதிகள்

உரிய அறிவு / கல்வி உடல் வலு / வயது / ஆரோக்கியம் செய்திறன் / பயிற்சி / அனுபவம் மற்றும் செய்யும் ஆர்வம் தகுந்த மனநிலை, ஊக்கம்.

நிறுவனம்/ குடும்பம்/அமைப்பு போன்றவை தரவேண்டியவை

தேவைப்படும் நேரம் (பட்ஜெட்) போதிய அளவு பணம் அல்லது பிற வளங்கள் சரியான உபகரணங்கள்/கருவிகள் விபரங்கள், தகவல்கள், உரிய அதிகாரம் சீரிய வழிமுறைகள்/செய்முறைகள் சரியானவர்களின் உதவி / ஒத்துழைப்பு

மொத்தத்தில்,

பெற்றோர்கள், கல்வி நிறுவனத்தினர், ஆசிரியர்கள், மேலதிகாரிகள், மேற்பார்வையாளர்கள், தலைவர்கள் போன்றோர் செய்யத் தக்கவை சில உள்ளன. அவற்றில் ஒன்று, 'ஆர்கனைசேஷனல் சப்போர்ட்'. அடுத்தது, சரியான தகுதியுள்ள நபர்களைத் தேர்வு செய்து அமர்த்துவது.

செய்பவரிடம் உருவாக வேண்டியது மூன்றாவதான ஆர்வமும் மன ஊக்கமும்.

அது உருவாகுமா? உருவாகும் என்று உறுதியாக சொல்ல முடியுமா?

சரியான கேள்விதான். பதில், அதற்கு மனிதர்களைச் சரியாகப் புரிந்துகொள்ள வேண்டும்.

மனிதர்களைப் புரிந்து கொள்வது, சரியாகப் புரிந்து கொள்வது என்பது பள்ளி கல்லூரி படிப்புகளால் வருவதில்லை. மெத்தப் படித்தவர்களுக்கே இதில் தடுமாற்றங்கள் உண்டு. காரணம், 'பெர்செப்ஷன்' (Perception).

3

பெர்செப்ஷன்

பெரிய பெரிய பங்களாக்கள் இருக்கும் இடத்தில், ஒரு காலை நேரம், நடைபயிற்சி போய்க் கொண்டிருந்தபோது கவனித்தது இது. பெரிய வீட்டின் வெளிவாசல் கேட்டில் நாற்காலி போட்டு அமர்ந்து அன்றைய தினசரியைப் படித்துக் கொண்டிருந்தார் அந்த செக்யூரிட்டி நபர்.

அப்போது அவரைக் கடந்து சைக்கிளில் போன ஒருவர் சத்த மாகச் சொன்னது, அருகில் நடந்துவந்து கொண்டிருந்த என் காதிலும் விழுந்தது.

'கொடுத்து வச்சவன்யா நீ... சேர் போட்டு உட்கார்ந்து பேப்பர் படிக்க உனக்கு சம்பளம் வேற கொடுக்கிறாங்க.'

சொன்னவர் போய்விட்டார். அந்த இடத்தைக் கடந்து நானும் வெகுதூரம் வந்துவிட்டேன். ஆனாலும் அவருடைய அந்தப் பேச்சு என் மனத்தில் தொடர்ந்து ஒலித்துக் கொண்டேயிருந்தது.

சொன்னவரைப் பொறுத்தவரை, அந்த 'செக்யூரிட்டி சும்மா உட்கார்ந்திருக்கிறார். அதற்குப் போய் சம்பளம்!' ஆனால் என் எண்ணம் வேறாக இருந்தது. அதைப் பற்றி ஓர் இதழில் கட்டுரையும் எழுதினேன்.

அவருக்குச் சம்பளம், அவர் செய்யும் வேலைக்கானது மட்டு மல்ல. வேறு ஏதும் செய்யாமல் அந்த வீட்டு வாசலிலேயே உட்கார்ந்திருக்கிறாரே, அதற்காகவும்தான். அவர் அந்த நேரம் வேறு வேலைக்குப் போனால், சம்பாதிக்க முடியுமே. அதைச் செய்யவில்லையே! இந்த முதலாளி இங்கே இரு என்று சொன்ன தால்தானே. இதனை 'இழக்கும்/இழந்த வாய்ப்பு' (Opportunity Lost) என்பார்கள்.

ஒரே செக்யூரிட்டி. ஒரு நிகழ்வு. சைக்கிளில் போய்க் கொண் டிருந்தவர் தெரிவித்த கருத்து ஒருவிதமானது. அதைப் பற்றி நான் தெரிவித்த கருத்து வேறுவிதமாக இருந்தது. காரணம் வேறு பட்ட பார்வைகள். காண்பது என்பது கண்ணால் அல்ல, மனத் தால்தான். அதனைத்தான் உளவியலாளர்கள் 'பெர்சப்ஷன்' என்கிறார்கள்.

எப்படியிருக்கிறதோ அப்படிப் பார்ப்பதில்லை. எப்படி நினைக்கிறோமோ அப்படித்தான் பார்க்கிறோம். நெருங்கி காசு கேட்டு இறைஞ்சும் சிலரை 'அய்யோ பாவம்' என்றும் பார்க்கலாம், 'அய்யய்ய எவ்வளவு அழுக்கு' என்றும் பார்க் கலாம். அவரவர் அனுபவம், தேவைகள், பாதிப்புகள், மன விசாலங்கள், விகாரங்கள் பொறுத்தே பார்வைகள் அமையும்.

ஒரு மலையின்மீது பேருந்து ஒன்று ஏறுகிறது. வளைந்து நெளிந்து செல்கிறது. ஒரு நிறுத்தம். பேருந்தில் இருந்த மிகவும் வயதான தம்பதியர்கள் இறங்குகிறார்கள். அவர்களின் முதுமை காரணமாக இறங்குவதற்குச் சற்று நேரமாகிறது. அவர்களை இறக்கி விட்ட பிறகு பேருந்து கிளம்பிப் போகிறது. சற்று தூரம் போயிருக்காது. மலை மேலிருந்த பெரிய பாறை ஒன்று சடா ரென்று உருண்டு வந்து பேருந்தின் மீது விழுகிறது. பேருந்து தடம் புரண்டு, பள்ளத்தில் விழுகிறது. பேருந்தில் இருந்தவர் களில் பலர் பலி. மீதமுள்ளவர்களுக்கு பலத்த அடி.

தகவல் அறிந்த அந்த முதிய தம்பதியர்கள் என்ன சொல்லி யிருப்பார்கள்? அவர்கள் சொன்னது இதனைத்தான். 'அடடா! நாங்கள் அந்த நிறுத்தத்தில் இறங்காமல் இருந்திருந்தால், அந்தப் பாறை விடுவதற்குமுன் பேருந்து அந்த இடத்தைக் கடந்திருக் குமே. எல்லோரும் காப்பாற்றப்பட்டிருப்பார்களே!

இதுதான் பார்வை என்பது. இது நபருக்கு நபர் வேறுபடும். ஒருவர் ஆர்வமாக வேலையைச் செய்யவோ, செய்யாமல்

அடம்பிடிக்கவோ, அவர்களின் பார்வையும் எண்ணங்களும் நிச்சயம் ஒரு காரணம்.

ஒரே திரைப்படம்தான். அரங்கத்தில் அமர்ந்து நூற்றுக்கணக்கானவர்கள் பார்க்கிறார்கள். வெளி வரும்போது அவர்களிடம் படம் எப்படி என்று கருத்துக் கேட்டால், ஒரே விதமாகவோ பதில் வரும்? சிலர் சூப்பர் என்பார்கள். சிலர் பதிலே சொல்லாமல் தலையைத் திருப்பிக் கொணடு போகலாம். வேறு சிலர், 'ஒரு முறை பார்க்கலாம்' என்று சொல்வார்கள். உதட்டைப் பிதுக்கி 'கொடுத்த காசு வேஸ்ட்' என்று முகத்தில் அறைவது போல சிலர் சொல்லிவிட்டுப் போவார்கள்.

பார்த்த படம் ஒன்றுதான். ஆனால் உதித்த கருத்துகள் சொன்னவர்களின் மனத்திலிருந்து வெளிப்பட்டது.

கீழே இருக்கும் படத்தைப் பாருங்கள்.

. . . .

. . . .

. . . .

. . . .

. . . .

. . . .

இது என்ன என்று விவரியுங்கள் என்று கேட்டால் என்ன சொல்வீர்கள்?

சிலர், ஒன்றுக்கு ஒன்றுபக்கமாக, வரிசையில் வைக்கப்பட்ட நான்கு நான்கு புள்ளிகள். ஆறு வரிசை (Rows) என்பார்கள். வேறு சிலர் ஒன்றன் கீழ் ஒன்றாக நேர்க்கோட்டில் வைக்கப்பட்ட ஆறு புள்ளிகள் கொண்ட நான்கு நீளவரிசை (Columns) என்று சொல்லலாம். ஒரே விதமாகவா எல்லோரும் பார்ப்பார்கள்?

. .

. .

இப்படி நான்கு நான்கு புள்ளிகளாக அமைந்துள்ள ஆறு சதுரங்கள் என்றும் மேலே பார்த்ததைச் சொல்லலாம். அவற்றை

வெறும் புள்ளிகளாகப் பார்க்காமல், கோலம் போட வைக்கப் பட்ட புள்ளிகளாகவும் (நாலு புள்ளி ஆறு வரிசை) பார்க்கலாம். இவற்றில் எதையாவது தவறு என்று சொல்ல முடியுமா? முடியாது.

அதேதான் வேலையிடங்களிலும். ஒரு நிறுவனம். ஒரே சூழ் நிலை, ஒரே மேற்பார்வையாளர், ஒரே வழிமுறைகள்தான். எல்லா ஊழியர்களும் அதனை விரும்ப வேண்டும் என்றோ, அங்கே ஒரே அளவு ஆர்வத்துடன் பணி செய்ய வேண்டு மென்றோ எப்படி எதிர்பார்க்க முடியும்.

பெர்செப்ஷன் என்றால்

வேலை பற்றிய / சம்பவம் / நிகழ்வு பற்றிய ஒரு தகவலை எப்படி எந்த விதத்தில் பெற்று, மனதுக்குள் எப்படி அமைத்துப் பார்த்து, எப்படிப் புரிந்துகொள்ளுகிறோம் என்பதுதான் பெர்செப்ஷன்.

ஒரு புகைப்படம். ஒரு சாலை விபத்தினை எடுத்தப் படம். சாலையின் நடுவில் ஒரு கார் ஒன்று ஓர் ஆள் மீது மோதியிருப்பது தெரிகிறது. அந்த ஆள் அடிபட்டு தரையில் கிடக்கிறார். அவர் சாலையைக் கடப்பதற்காக போடப்பட்டிருந்த ஜீப்ரா கோடுகள் மீது சுருண்டுபோய் பேச்சுமூச்சற்றுக் கிடக்கிறார். கோடுகளுக்கு அந்தப் பக்கம் பார்த்தால் ஒரு மதுபானக்கடை. அதுவும் புகைப்படத்தில் தெளிவாகவே தெரிகிறது.

இதனை 'ஒரு கார், ஒரு பார், ஒரு விபத்து' எனலாம். எதனால் விபத்து நிகழ்ந்து அந்த நபருக்கு அடிபட்டிருக்கக் கூடும் என்று நினைப்பது?

பயிற்சி வகுப்புகளில் இந்தப் படத்தைக் காட்டினால் பலரும் சுலபமாக, 'அந்த ஆள் குடித்திருப்பார். அதனால்தான் அடி பட்டுக் கிடக்கிறார் என்பார்கள். முடிவே செய்துவிட்டார்கள்.

'ஏன் அப்படி நினைக்கிறீர்கள்?'

'இதனைக்கூட யூகிக்க முடியாதா என்ன! அவர் விழுந்து கிடக்கும் இடத்தருகேதான் ஒரு மதுபானக் கடை இருக்கிறதே!'

சிலரிடம் இருந்து இப்படி வேகவேகமாக பதில்கள் வரும். மற்ற சிலர் சற்று யோசிப்பார்கள். காட்டப்பட்டது ஒரு படம்.

அதனை, சிலர் மனது இப்படியாக புரிந்து கொண்டிருக்கிறது. இப்படி முடிவு செய்வதனை, 'குளோஷர்' (Closure) என்றும் சொல்வார்கள். குளோஷர் என்றால் முடிப்பது. தானே தனக்குத் தோன்றிய விதத்தில், முடித்து வைப்பது.

கீழே உள்ள படத்தைப் பாருங்கள்.

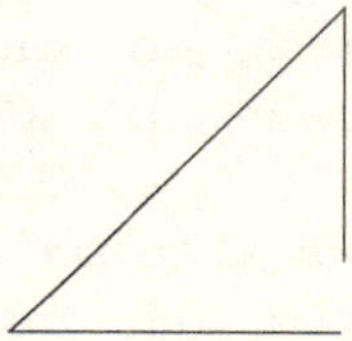

இந்தப் படம் முழுமை (கம்ப்ளீட்) செய்யப்படவில்லை என்று வைத்துக் கொள்வோம். ஓவியர் வரைந்து முடிப்பதற்குள், வேறு வேலை வந்து, அவர் எழுந்து போய்விட்டார். அவர் நிறைவு செய்யாமல் விட்ட பகுதியை நம்மால் நிறைவு செய்ய முடியுமா என்று கேட்கிறார்கள் என்று வைத்துக் கொள்வோம். நாம் படத்தினை எப்படி முடித்து வைப்போம்?

பெரும்பாலானவர்கள் எப்படி தெரியுமா முடிவு செய்வார்கள்?

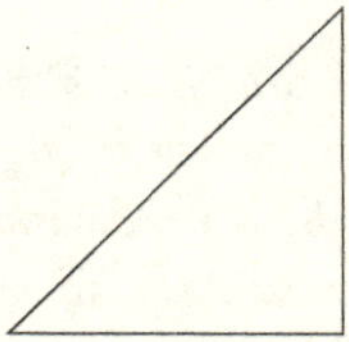

இப்படித்தான். அதாவது அந்த முக்கோணத்தில் விடுபட்டுப் போயிருந்த பகுதியை அவர்கள் ஒரு சிறு நேர்க்கோடு இழுத்து முடித்துவிட்டார்கள்.

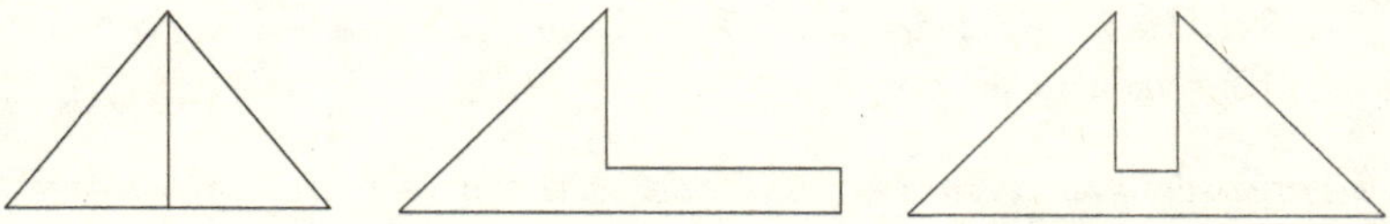

இது சரியா, தவறா?

சொல்ல முடியாது. சரியாகவும் இருக்கலாம், தவறாகவும் இருக்கலாம். காரணம், அந்தப் படத்தை வரைந்த ஓவியர் ஏன் கீழ் கண்டனவற்றுள் ஒன்றைப் போல வரைந்து முடிக்க நினைத்திருக்கக் கூடாது?

இப்படி, அந்தப்படம் எப்படியாகவும் இருக்கலாம். ஆனால், தாங்கள் ஏற்கெனவே பார்த்துப் பழகிய முக்கோண வடிவத்தில் இல்லாத ஒரு பகுதியைத்தான், அவர் வரைய நினைத்திருப்பார் என்று பலருடைய மனங்கள் முடிவு செய்து கொள்கின்றன. எவரும் முடிவு செய்து பாருங்கள் என்று சொல்லாமல் விட்டால்கூட அப்படித்தான் பார்ப்பார்கள். அதுவாக நிறைவு செய்வதால் அதனை 'குளோஷர்' முடித்து வைப்பது என்று சொல்கிறார்கள்.

'பக்கத்து வீட்டில் இருப்பவர்களுடன் எப்போதும்...'

என்கிற ஒரு முற்றுப் பெறாத வாக்கியத்தை ஒரு நூறு நபர்களிடம் கொடுத்து, கோடிட்ட பகுதிகளை நீங்களே எழுதி முற்றுப் பெற வையுங்கள் என்று சொன்னால் எப்படி எழுதுவார்கள்?

கவனமாகப் பழகுங்கள் என்று எழுதி முடிக்கலாம். அல்லது, நட்புடன் இருங்கள் அல்லது சண்டை என்றுகூட எழுதி நிறைவு செய்யலாம்.

ஏன் ஒவ்வொருவரும் ஒவ்வொரு மாதிரியாக எழுதி நிறைவு செய்கிறார்கள் என்றால், அவர்களது அனுபவங்கள் அப்படியிருக்கலாம். அவரவர் பயம், கற்பனைகள் எதிர்பார்ப்புகள், நம்பிக்கைகள் என்று எத்தனையோ விஷயங்களால் நபர்கள் வேறுபடுகிறார்கள். அதன் அடிப்படையிலேயே முடிவு செய்கிறார்கள்.

குடும்பங்களிலும், வேலையிடங்களிலும் மற்ற பல பொது இடங்களிலும்கூட மக்கள் பலரும், மற்றவர்களைப் பற்றி அவர்களுடைய நடவடிக்கைகள் பற்றி இப்படித்தான் சரியாகவோ, தவறாகவோ முடிவு செய்கிறார்கள். காரணம், அவரவர் 'பெர்செப்ஷன்கள்'கள்.

பெர்செப்ஷன் என்பது, மக்கள் தங்கள் சுற்றுப்புறங்களில் இருந்து, தேர்வு செய்து, பெற்று, வரிசைப்படுத்திக் கொண்டு புரிந்துகொள்ளும் தகவல்களாகும்.

எவற்றால் புரிந்து கொள்ளல் தீர்மானமாகிறது?

(அ) இருக்கும் சூழ்நிலை

என்னுடன் சென்னையில் பணியாற்றி வருபவர்களில் ஒருவர் செல்வி திவ்யா. திருச்சியில் வசிக்கும் அவருடைய பெற்றோர் பற்றி நான் அவ்வப்போது விசாரிப்பதுண்டு.

ஒருமுறை, நான் அவரை நிறுவனத்தின் உள்தொலைபேசியில் தொடர்புகொண்டு, வழக்கமான விசாரிப்புகளுக்குப் பிறகு, 'எனக்கு அபாவின் மின்னஞ்சல் முகவரியை அனுப்பி வையுங்கள்' என்றேன். அபா, ஒரிசா மாநிலத்தைச் சேர்ந்த பெண். வேலைக்கு ஆள்களைத் தேர்வு செய்யும் Naukri நிறுவனத்தில் பணிபுரியும் மேலாளர். எங்கள் நிறுவனத்துக்கும் சேவையளிப்பதற்காக வருவார், போவார்.

சற்றுநேரத்தில், திவ்யா எனக்கு தகவல் அனுப்பினார். அதில் மின்னஞ்சல் முகவரி இருந்தது. ஆனால் அது நான் கேட்ட அபாவினுடையது அல்ல. வேறு யாரோ ஒருவருடையது. மீண்டும் தொலைபேசியில் அழைத்து விசாரிக்க, திவ்யா சொன்னார், 'எங்கப்பாவின் மின்னஞ்சல் முகவரிதானே சார் கேட்டீங்க. நான் அனுப்பிட்டேனே!'

அபா (Abha) என்று நான் கேட்டதை, அப்பா என்று அவர் புரிந்து கொண்டதற்கு சூழ்நிலைதான் காரணம். அன்றைக்கு காலையில் தான் அருமை தந்தையின் உடல்நலம் பற்றி நான் விசாரித்திருந்தேன்.

அதிகப் பசியுடன் இருந்த சிலரிடம், டென்னிஸ் பந்துகளின் படங்களை சற்று தூரத்தில் வைத்து, அது என்ன என்று கேட்டிருக்கிறார்கள். வந்த பதில்களில் பல, 'சாத்துக்குடிப்பழம்', 'லட்டு' என்பதுபோல இருந்திருக்கின்றன. என்ன காரணம்? வயிற்றில் பசி, மூளையிலும் அதன் தாக்கம்!

(ஆ) தகவல் பெறுபவரின் குணாதிசயம்

காமாலை கண்ணுக்கு கண்டதெல்லாம் மஞ்சள் என்று ஒரு பழமொழி உண்டு. பார்ப்பவர் பார்வையில்தான் எல்லாம் இருக்கிறது என்பதை அனுபவ ரீதியாகச் சொல்வதுதான் அந்தப் பழமொழி.

(இ) எதைப் பார்க்கிறோமோ, அதன் குணாதிசயம்

பலாக்காயை சமைத்துச் சாப்பிட்டால் தெரியும். அதிலும் குறிப் பாக மசாலா எல்லாம் சேர்த்து சமைத்தால் அது அசைவ உண வான கறி சமைப்பது போலவே இருக்கும். அதனை ஆட்டுக் கறி என்று தவறாகப் புரிந்து கொள்ளும் சாத்தியங்கள் உண்டு.

தவறாகவே புரிந்து கொள்ள வைக்கும் இன்னும் சில உதாரணங்கள்.

1. ஸ்டீரியோ டைப்பிங்

இளவயதினர் என்றால் இப்படித்தான், வயதானவர்களே இப்படித் தான் என்றெல்லாம் எண்ணுவது. குறிப்பிட்ட மதத்தினர், குறிப் பிட்ட பகுதிகளில் இருந்து வருபவர்கள், குறிப்பிட்ட படிப்பு படித்தவர்கள் என்று பகுதி பிரித்து, அந்தப் பகுதிக்கான குணாதி சயமாக ஒன்றை நினைத்துக் கொள்வது. 'ஓ... அவுங்க சினிமா நடிகையா...' என்பார்கள்.

மனத்துக்குள் ஓடும் எண்ணங்கள் சினிமா நடிகை என்றால் இப்படித்தான் என்று அவர்கள் நினைத்துக் கொண்டிருப்பதாக அமையும். இப்படிக் குறிப்பிட்டவர்களை குறிப்பிட்டவிதமாக எண்ணுவதற்குப் பெயர், 'ஸ்டீரியோ டைப்பிங்'.

2. ஹேலோ எஃபெக்ட் (ஏதோ ஒன்றின் அடிப்படையில்)

ஒவ்வொரு மனிதரிடமும் ஊழியரிடமும் பல குணாதிசயங்கள் இருக்கும். உதாரணத்துக்கு, நேரந்தவறாமை, நேர்மை, பேச்சுத்திறன், நிதானம். இவற்றில் ஏதோ ஒன்று நமக்கு மிகவும் பிடித்ததாக, நாம் முக்கியத்துவம் கொடுப்பதாக இருக்கலாம். அந்தக் குறிப்பிட்ட மனிதரை நாம் பார்க்கும் போதெல்லாம், அவர் சொல்லுவதைக் கேட்கும்போதெல் லாம், அந்த ஒரு 'குணமே' நம் பார்வையில் படும். அதனால் அவர் வேறு ஏதேனும் குறைவாக தவறாக செய்தாலும், அவை நம் கண்ணில் படாது.

பிடித்த குணங்கள் போல, சில பிடிக்காத குணங்களும் இருக்க லாம். அதுவும் நம் பார்வையை பாதிக்கலாம். இப்படி ஒரு குறிப் பிட்ட குணத்தை வைத்து மற்றவற்றையும் பார்ப்பது, எடை போடுவதன் பெயரே 'Halo Effect'.

3. புரொஜெக்ஷன் (நீட்டிப்பது)

தனக்குப் பிடித்தவை, பிடிக்காதவையே மற்றவர்களுக்கும் பிடிக்கும், பிடிக்காது என்று நினைப்பதன் பெயர் புரொஜெக்ஷன். நீட்டிப்பது. தான் மதிப்பவற்றை, விரும்பியவற்றையே மற்றவர்களும் விரும்புவார்கள் என்று எண்ணுவது தவறாக அமையலாம். தனக்கு விடுப்பு எடுக்காமல் வேலை செய்வது பெருமையாக இருக்கலாம். அப்படியேதான் மற்றவர்களும் நினைப்பார்கள் என்று எண்ணினால், அது ஒரு தவறான பெர்சப்ஷன். பெயர் புரொஜெக்ஷன்.

4. எக்ஸ்பெக்டேஷன்ஸ் *(எதிர்பார்ப்புகள்)*

இதுதான் ஊழியர்களுக்கு சரியானது, விருப்பமானது என்று நாமாக கற்பனை செய்து கொண்டு, அதனைத் தருவது. அது தவறானதாகவும் இருக்கலாம்.

'மிக அதிகமான ஊதியம் பெறும் ஒருவர் மிகவும் திருப்தியாக இருப்பார். அதே நிறுவனத்தில் மிகவும் குறைவான ஊதியம் வாங்கும் ஒருவர் அதிக வருத்தத்தில் இருப்பார்.' இந்தக் கூற்று சரிதானா?

ஓர் அடுக்ககத்தில் அமைந்திருந்த இரு எதிர் எதிர் பிளாட்டுகள். இரண்டிலும் பள்ளியில் படிக்கும் பிள்ளைகள் இருக்கிறார்கள். ஒன்றில் நன்கு படிக்கும் அதிக மதிப்பெண் வாங்கும் பையன் குடும்பம். எதிர் பிளாட்டில் சரியாகப் படிக்காத எப்போதும் குறைவான மதிப்பெண் வாங்கும் பையன் குடும்பம். பள்ளியில் தேர்வுத்தாள் திருத்தி மதிப்பெண்கள் கொடுத்திருந்த நாள். மாலை நேரம். ஒரு வீட்டில் பையனை அதட்டும் சத்தம். மற்றொன்றில் பாராட்டி மகிழும் சத்தம். எந்த வீட்டிலிருந்து எந்தச் சத்தம் வந்திருக்கும்?

சொல்ல முடியாது. இரண்டும் சாத்தியமே. காரணம், வழக்கமாக அதிக மதிப்பெண் பெறும் மாணவன் வீட்டில் இன்னும் கூடுதலாகவும், குறைவாக வாங்குபவன் வீட்டில் அட, பரவா யில்லையே! இந்த முறை பயந்ததை விட கூடுதல் மார்க் வாங்கி யிருக்கியே என்கிற பாராட்டுச் சத்தமும் வரலாம்.

அதே போன்ற பதில்தான் அதிக ஊதியம், குறைந்த ஊதியம் பெறுபவர்களின் மனநிலை திருப்தி பற்றியதுமாக இருக்க முடியும்.

வருத்தப்பட்டுக் கொண்டேயிருக்கிற கோடீஸ்வரர்களும் உண்டு, ஆனந்தமாக இருக்கிற பிச்சைக்காரர்களும் உண்டு. அவர்கள் நிலை குறித்த அவரவர் எண்ணங்களே திருப்தியையும் அதிருப்தியையும் உண்டாக்குகின்றன.

திருப்தியாக இருக்கிற மாணவர்கள், ஊழியர்கள், குழுவினரின் செயல்பாடுகள் அதிகரிக்கும். திருப்தி என்பது பெறுவதில் இல்லை. பெறுவதைப் பற்றி எப்படி உணர்கிறோம் என்பதில்தான் இருக்கிறது.

எல்லாம் எண்ணங்கள் செய்யும் வேலை

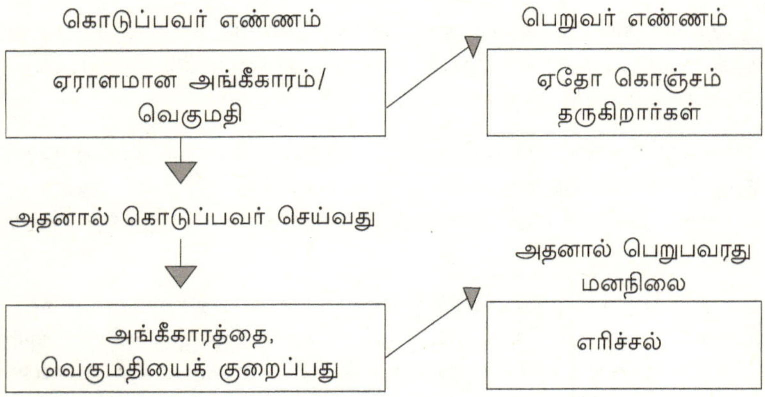

ஆக என்ன செய்கிறோம், சொல்கிறோம், கொடுக்கிறோம் என்பது மட்டுமே நாம் எதிர்பார்க்கிற திருப்தியை உருவாக்கி விடுவ தில்லை. பெறுபவர்களின் எண்ணமே அதனை முடிவு செய்கிறது.

எவை அவர்களைத் திருப்திப்படுத்துகின்றன. எவற்றைப் பாராட்டுகிறார்கள், மதிக்கிறார்கள், விரும்புகிறார்கள், எதிர் பார்க்கிறார்கள். மொத்தத்தில் அவர்களின் மனநிறைவு எப்படி? எதனால் அது உருவாகிறது அல்லது கெடுகிறது? இந்தக் கேள்விகளுக்கான பதில்கள் முக்கியமானவை.

பெர்சப்ஷன் பற்றிய சரியான புரிதல் ஏன் அவசியம் என்றால், எல்லோரும் நிலைமை பற்றி அவரவர் கணிப்பின், நினைப்பின் படியே முடிவுகள் எடுக்கிறார்கள், செயல்படுகிறார்கள். ஆனால் நிலைமை குறித்து அடுத்தவரது புரிதல் வேறாக இருக்கலாம்.

நிகழ்வு	ஏன் அப்படி நடந்தது என்கிற எண்ணம்	அதனால் எடுக்கும் என்கிற புரிதல் முடிவு/செய்யும் அடுத்த செயல்
எனக்குப் பதவி உயர்வு கிடைத்தது	நான் மிகச்சிறப்பாக வேலை செய்ததால் எனக்குப் பதவி உயர்வு கிடைத்தது	நான் தொடர்ந்து நன்றாக வேலை செய்வேன்
எனக்குப் பதவி உயர்வு கிடைத்தது	என் பதவியுயர்வுக்குக் காரணம், நான் என் உயரதிகாரியுடன் கொண்டிருக்கும் தனிப்பட்ட நெருக்கம்	இதேபோல வருங்காலத் திலும் என் மேலதிகாரி களிடம் நெருக்கமான உறவை வளர்த்துக் கொள்வேன்

ஒருவருடைய / ஊழியருடைய செயல்பாடு அல்லது நடவடிக்கை குறிப்பிட்ட அளவில், குறிப்பிட்ட விதமாக இருப்பதற்கு, நாமே தனிச்சையாக சில காரணங்களை, மேலே பார்த்தது போல, முடிவு செய்து கொள்கிறோம்.

இப்படி முடிவு செய்வதனை, Attribution என்கிறார்கள். காரணம் கற்பித்துக் கொள்வது.

நிகழ்வு	கற்பித்துக் கொள்ளும் காரணம்	அடுத்த நடவடிக்கை
ஊழியர் வேலை குறைவாகச் செய்கிறார்	ஊழியர் சோம்பல் மிகுந்தவர்	தண்டனை கொடுக்க வேண்டும்‘
ஊழியர் வேலை குறைவாகச் செய்கிறார்	ஊழியருக்கு, என்ன வேலை என்பதை நாம் விளக்கமாகத் தெரிவிக்கவில்லை.	கூடுதல் விளக்கங்கள் தெரிவிக்க வேண்டும்
ஊழியர் வேலை குறைவாகச் செய்கிறார்	அவருக்கு கொடுக்கப்படும் ஊதியம் குறைவு என்று கருதுகிறார்.	ஊதியத்தினை அதிகரிக்க வேண்டும்

மாணவர்கள், ஊழியர்கள், அணியில் உள்ளவர்கள், குடும்ப உறுப்பினர்கள் என்று நம் ஒவ்வொருவருக்கும் கீழ் எவ்வளவோ நபர்கள் இருக்கிறார்கள். அவர்கள் நடந்து கொள்ளும் விதங் களை, மேலே உள்ளவர்கள் சரியாகப் புரிந்து கொண்டுவிட்டால் பிரச்னை இல்லை. தவறாக புரிந்துகொண்டால் சிரமம்தான்.

4

வேலையில் மனநிறைவு

Job Satisfaction என்பதைத்தான் நாம் வேலையில் மனநிறைவு என்று குறிப்பிடுகிறோம். அதே பொருளில்தான் தொடர்ந்து பார்க்கவும் இருக்கிறோம்.

பல பெரிய முன்னேறிய நிறுவனங்களில் இந்த ‘ஊழியர்களின் வேலை மனநிறைவு’ என்பதற்கு அதிக முக்கியத்துவம் கொடுப் பார்கள். அங்கு பணிபுரியும் மனித வளத்துறை அதிகாரிகளின் முக்கிய பொறுப்புகளில் ஒன்று, ஊழியர்களின் மனநிறை வினைக் குறையாமல் பார்த்துக் கொள்ள வேண்டும் என்பதாகும்.

தகுந்த வெளி ஆட்களைக் கொண்டு, கவனமாகத் தயாரிக்கப் பட்ட கேள்வித்தாள்கள் (கொஸ்டினயர்கள்) கொடுத்து, ஊழியர் களைத் தங்கள் எண்ணங்களை வெளிப்படையாக எழுதச் சொல்லி, மனநிறைவின் அளவை குறிப்பிட்ட காலத்துக்கு ஒருமுறை அளந்து கொண்டேயிருப்பார்கள். அதற்கு, Employee Satisfication Survey, Organizational Health Survey, Organizational Climate Survey என்கிற பல பெயர்கள் உண்டு. இதற்குக் கணிசமான அளவு பணமும் நேரமும் செலவானாலும், இதன் முக்கியத்துவம் காரணமாக இதனை விடாமல் செய்து கொண்டேயிருப்பார்கள்.

மேற்கத்திய நாடுகளில், பணியிடங்களில் ஊழியர்களின் வேலை மனநிறைவு பற்றி ஏராளமான ஆராய்ச்சிகள் நடந்துள்ளன.

ஆராய்ச்சிகளை இரண்டு விதங்களாகப் பிரிப்பார்கள். ஒன்று 'ஆர்ம் சேர் தியரீஸ்', வியாக்கியானங்கள் என்று தமிழில் சொல்ல லாம். எதற்காக 'சாய்வு நாற்காலி வியாக்கியானங்கள்' என்று சற்று நையாண்டியாகச் சொல்லுகிறோம் என்பதற்குக் காரணம் இருக்கிறது. அது இதற்கு மாற்றாக உள்ள ஆராய்ச்சிகளின் பெயரில் உள்ளது. அந்த இரண்டாம் வகை ஆராய்ச்சிகளின் பெயர் 'எம்பரிக்கல் ரிஸர்ச்'. அதாவது களத்தில் இறங்கி உரிய தகவல்கள் சேகரித்து அவற்றின் அடிப்படையில் ஆராயப் பட்டது என்று பொருள்.

மனநிறைவு பற்றிய ஆராய்ச்சிகள் எம்பரிக்கல் ரிஸர்ச் வகையைச் சேர்ந்தவை. உதாரணத்துக்கு ஒன்று, ஹெர்ஸ் பெர்க்கின் ' Two Factor' ஆராய்ச்சி.

ஃபிரெட்ரிக் ஹெர்ஸ்பெர்க் ஒரு சைக்காலஜிஸ்ட். அவர் ஆராய எடுத்துக் கொண்ட விஷயம், விடை காண விரும்பிய கேள்வி, மக்கள் அவர்களுடைய வேலைகளில் இருந்து எதனை வேண்டு கிறார்கள்? அதற்கான விடையைக் கண்டுபிடிக்க இரண்டு கேள்விகள் உருவாக்கினார்.

1. உங்கள் வேலை பற்றி நீங்கள் மிகவும் மகிழ்வாக உணர்ந்த நேரம் பற்றி விரிவாகச் சொல்லுங்கள்.

2. மிக சங்கடமாக அல்லது வருத்தமாக உணர்ந்த நேரம் எப் போது? அதைப் பற்றி விளக்கமாகச் சொல்லுங்கள்.

பல்வேறு தேசங்களில் பல்வேறு நிறுவனங்களில் பல்வேறு பதவிகளில் இருந்த ஆயிரக்கணக்கானவர்களிடம் கேள்வித்தாள் கள் (கொஸ்டினயர்) மூலம் இந்த இரு கேள்விகளைக் கேட்டார். கிடைத்த (சுமார் 4000) பதில்களை ஆராய்ந்தார்.

அவருக்கு அவருடைய பதிலாளர்கள் குறிப்பிட்ட நிகழ்வுகள் மொத்தம் 2597. அதில், 1753 சம்பவங்கள் பதில் சொல்லியவர் களுக்கு மிக அதீதமான மகிழ்ச்சியைக் கொடுத்தவை. 1844 நிகழ்வுகள் தீவிரமான அதிருப்தியைக் கொடுத்தவை.

ஹெர்ஸ்பெர்க் தன்னுடைய ஆராய்ச்சி மூலம் கண்டறிந்து ஊழியர்கள் ஊக்கம் கொள்ளுதல் பற்றி 1959-ல் தெரிவித்த கருத்து

இன்றளவும் முக்கியமானதாக இருக்கிறது. அதன் பெயர் Two Factor Theory. அவர் சொன்னதன் சாராம்சம் இதுதான்.

வேலை திருப்தி தொடர்பாக இரண்டு பெரிய அம்சங்கள் உள்ளன. ஒன்று 'ஹைஜீன் பேக்டர்ஸ்' மற்றொன்று 'மோட்டி வேட்டர்ஸ்'. இரண்டும் வேறு வேறு. ஹைஜீன் பேக்டர்ஸ் என்பவை வேலை செய்பவர்களுக்கு அவசியம் வேண்டும். காரணம் அவையில்லாவிட்டால் மக்கள் ஊக்கமிழந்து விடு வார்கள். ஆனால் அவை இருப்பதாலேயே ஊக்கம் பெறுவார் கள் என்று சொல்லமுடியாது. ஊக்கம் பெறவைக்க மற்றொரு அம்சமான மோட்டிவேட்டர்ஸ் எனப்படுவை முக்கியம்.

இனி அந்த இரண்டினையும் சற்று விரிவாகப் பார்க்கலாம்.

பெரும்பாலான மக்கள், இப்போதும் கூட நினைத்துக் கொண்டு இருப்பது, வேலையில் இருக்கும் ஒருவர், ஒன்று திருப்தியாக இருப்பார் அல்லது அதிருப்தியுற்றிருப்பார் என்றுதான். இல்லையா? ஹெர்ஸ் பெர்க், வேலையின் அம்சங்களை இரண்டு பெரும் பிரிவுகளாக்கினார். அந்த ஒவ்வொரு பகுதியிலும் திருப்தி வேண்டும் என்றார்.

அந்த இரண்டு பகுதிகள்தான், ஹைஜீன் மற்றும் மோட்டி வேட்டிங் அம்சங்கள்.

ஹைஜீன் பேக்டர்ஸ்

ஹைஜீன் என்றால் சுத்தம், கிருமிகளற்ற என்பதுபோல பொருள். இவை அடிப்படைத் தேவைகள். ஆனால் இவையே ஊட்டச் சத்துக்கள் போல் அல்ல. இப்படிப்பட்ட அடிப்படைத் தேவை கள் சிலவற்றை ஒவ்வொரு வேலை செய்பவரும் தங்கள் வேலையிடத்தில் எதிர்பார்க்கிறார்கள்.

அவர் தெரிவித்த ஹைஜீன் பேக்டர்ஸ்.

- *நிறுவனத்தின் ஊழியர்கள் தொடர்பான கொள்கைகள் (பாலிசிகள்)*
- *நிர்வாக முறை (அட்மினிஸ்ட்ரேஷன்)*
- *ஊழியருக்கு மேற்பார்வை செய்யப்படும் விதம்*
- *ஊழியருக்கு மேற்பார்வை செய்பவருடனான உறவு நிலை*

- வேலை செய்யும் இடத்து நிலை (வொர்க்கிங் கண்டிஷன்)

- கீழ் பணிபுரிபவர்களுடனான உறவு நிலை

- ஊழியருக்குக் கிடைக்கும் மதிப்பு (ஸ்டேட்டஸ்)

- பணிப் பாதுகாப்பு/வேலை நிச்சயத்தன்மை (ஜாப் செக்யூரிட்டி)

இவையெல்லாம் முக்கியம்தான். இவை சரியாக அமையா விட்டால் ஊழியர்கள் அதிருப்தியுறுவார்கள். ஆனால், இவை சரியாக இருந்தாலே போதும், இவற்றுக்காகவே ஊழியர்கள் பிரமாதமாக வேலையை இழுத்துப் போட்டுக்கொண்டு, ரிஸ்க் எடுத்து செய்துவிட மாட்டார்கள் என்றும் சொன்னாரே பார்க்க வேண்டும். அதுதான் ஹைஜீன் பேக்டர்களின் தன்மை.

இவை வேண்டும். இல்லாவிட்டால் அதிருப்தி, வேலை பாதிக்கப்படும். ஆனால் இவை மட்டுமே அதிக வேலை செய்ய ஊக்கப்படுத்தி விடாது. அப்படியென்றால் எவைதான் அவர் களை ஊக்கப்படுத்தும்?

மோட்டிவேட்டர்ஸ்

ஓர் ஆள் துடிப்புடன் செயல்பட, பெரியதாக ஆர்வம் கொள்ள, பெற கீழ்க்கண்ட அம்சங்கள் காரணமாக அமைகின்றன என்றார்.

- சாதிக்கும் வாய்ப்பு

- அங்கீகாரம் பெறும் வாய்ப்பு

- வேலையின் தன்மை (Work itself)

- கொடுக்கப்படும் பொறுப்பு

- முன்னேறும் வாய்ப்பு

- வளர்ச்சிக்கான சந்தர்ப்பங்கள்

இவைதான் ஊழியர்களை ஊக்கப்படுத்தக் கூடியவை என்று, அந்த ஆயிரக்கணக்கானவர்கள் சுட்டிய நிகழ்வுகளை வைத்து முடிவுக்கு வந்தார். அவருடைய ஆராய்ச்சி தெரிவித்ததன் சுருக்கம்,

1. ஹைஜீன் பேக்டர்ஸ் இல்லாவிட்டால் அதிப்தி உருவாகும்.

2. மோட்டிவேட்டர்ஸ் இருந்தால் திருப்தி உருவாகும்.

ஹைஜீன் பேக்டர்களை கவனத்தில் எடுத்து சரிசெய்வதன் மூலம், ஊழியர்கள் அதிருப்தி அடையாமல் பார்த்துக் கொள்ள முடியும். மோட்டிவேட்டர்களை அளிப்பதன் மூலம் திருப்தியை அதிகப் படுத்த முடியும்.

ஹெர்ஸ்பர்க் மட்டுமல்ல, இன்னும் எத்தனையோ நபர்கள் இதனை ஆராய்ந்திருக்கிறார்கள். ஆராய்ச்சிகள் இன்றளவும் தொடருகின்றன. இவைதான் என்று எவற்றையும் இறுதி விடை யாக இன்னமும் சொல்ல முடியவில்லை.

வேலையில் மனநிறைவு (Job Satisfaction)

இன்றளவும் மிக முக்கியமாகக் கருதப்படும் ‘வேலையில் மன நிறைவு’ என்றால் என்ன என்பதைச் சரியாக வரையறை செய்ய முடியுமா? பலரும் பலவிதமாகச் செய்திருக்கிறார்கள். அவற்றில் ஒன்றை மட்டும் பார்க்கலாம்.

‘வேலையில் மனநிறைவு என்பது, ஒருவர் எவ்வளவு தூரம் தனது வேலை தொடர்பான செயல்கள், வேலை அமைப்பு மற்றும் வேலையிடத்தில் உள்ள மனிதர்களுடனான உறவுகளை மகிழ் வாகவோ, சங்கடத்துடனோ உணர்கிறார் என்பதைப் பொருத்தது.’

இதனை அளப்பதற்கான எளிய வழி, சம்பந்தப்பட்ட ஊழியர் களிடம் ஒரு கேள்வித்தாள் கொடுத்து, அவர்களை பதில் எழுதச் சொல்வதுதான்.

கேள்வி : நீங்கள் உங்களுடைய வேலையில் எவ்வளவு தூரம் மனநிறைவுடன் இருக்கிறீர்கள்?

அதற்கான பதிலாக கீழ்க்கண்டவற்றுள் உங்களுக்குப் பொருத்த மான ஏதாவது ஒன்றை டிக் செய்யவும்.

1. கொஞ்சம் கூட இல்லை

2. ஓரளவுக்கு மனநிறைவு

3. திருப்தியாக இருக்கிறேன்

4. நிறைவான திருப்தியாக இருக்கிறேன்

5. அளவுக்கு அதிகமான திருப்தியுடன் இருக்கிறேன்.

பொத்தாம் பொதுவாக இப்படி ஒரே ஒரு கேள்வியை கேட்பது மிக எளிய வழி. ஆயிரம் ஊழியர்களிடம் இருந்துகூட இதற்கான

பதில்களைப் பெற்றுவிடலாம். ஆனால் இது மேலோட்டமான அளவெடுத்தலாகத்தான் இருக்கும்.

இதைவிட சற்றுக் கூடுதலான விபரங்கள் பெற வேண்டுமென்றால், சம்பந்தபட்ட ஊழியர்களிடம் குறிப்பிட்ட ஐந்து அம்சங்களைப் பற்றி கேட்கலாம். அதன் பெயர் ஜாப் டிஸ்கிரிப்டிவ் இன்டெக்ஸ் (JDI). அந்த 5 கேள்விகள்,

1. உங்கள் வேலை எப்படி?

2. உங்கள் மேலதிகாரி எப்படி?

3. உங்கள் சக பணியாளர்கள்?

4. உங்களுக்கு இருக்கும் பதவியுயர்வு வாய்ப்புகள்?

5. உங்களுடைய ஊதியம், சன்மானங்கள்?

பதிலுக்கான வாய்ப்புகள் மேலே பார்த்தவைதான்.

1. கொஞ்சம் கூட இல்லை 2. ஓரளவுக்கு 3. திருப்தி

4. நிறைவான திருப்தி 5. அளவுக்கு அதிகமான திருப்தி

கிடைக்கும் பதில்களை ஒன்று சேர்த்து, அவர்களுடைய திருப்தி நிலையினை பற்றி ஒரு முடிவுக்கு வரலாம்.

அந்த ஐந்து கூறுகளைப் பற்றியும் தெரிந்துகொள்ள உதவும் 'மாதிரி கேள்வித்தாள்' ஒன்று பின் இணைப்பு 2-ல் இருக்கிறது.

5

மோட்டிவேஷன் பற்றிய ஆராய்ச்சிகள்

மோட்டிவேஷன் பற்றி மேலை நாட்டு ஆராய்ச்சிகள் பல இருப்பது உண்மைதான். அவற்றை விரிவாகவே பார்ப்பதற்கு முன்னால், ஒன்றை நினைவு வைத்துக் கொள்ள வேண்டும். இரண்டாயிரம் ஆண்டுகளுக்கு முன்னர் எழுதபட்டதாக கருதப்படும் நமது திருக்குறளில், ஊக்கம் உடைமை என்று மோட்டிவேஷனின் அவசியம் பற்றி திருவள்ளுவர் ஒரு தனி அதிகாரமே (எண் 60) வைத்திருக்கிறார்.

மோட்டிவேஷன் தியரிகள்

1. Operant Conditioning\Behaviour Modification Theory

எது மக்களை ஈடுபாட்டுடன் வேலை செய்ய வைக்கிறது? எவற்றுக்காக மக்கள் கூடுதலாக உழைக்கிறார்கள்? அவர்களை ஊக்குவிப்பவை எவை? இந்தக் கேள்விகளுக்கான பதில்களாக அமைந்தவைதான், 'மோட்டிவேஷன் தியரி'கள்.

1950 முதல் அறுபது ஆண்டுகள் ஆகியும், இன்றளவும் இதுதான் முடிவு என்று செய்ய முடியாத ஒன்றாக இருந்து வருவது இந்த மோட்டிவேஷன் தியரிகள்.

இன்னும் முடிவுசெய்ய முடியாவிட்டாலும், இதுவரை வந்தவையெல்லாம் தவறு என்றோ, பொருத்தமில்லாதவை என்றோ பொருளில்லை. மனிதர்களை அவர்களுடைய தேடுதல்களை, அவர்களைத் திருப்தி செய்பனவற்றை, அவர்களை ஊக்குவிப்பவைகள் பற்றியெல்லாம் எவ்வளவோ தகவல்களை மோட்டிவேஷன் தியரி ஆராய்ச்சியாளர்கள் அளித்திருக்கிறார்கள். இன்னும் தந்துகொண்டேயிருக்கிறார்கள்.

மனிதனும் அதைவிட அவன் மனமும் விசித்திரங்களின் மூட்டை. அதில் எத்தனையோ முடிச்சுகள். பலவற்றை அவிழ்த்திருக்கிறார்கள். எல்லாவற்றையும் அல்ல. அவிழ்க்கப்பட்டிருக்கும் சில முக்கிய முடிச்சுகளை மட்டும் பார்ப்போம்.

மோட்டிவேஷன் தியரிகளின் அடிப்படை இதுதான். மனிதர்களுக்குச் சில தேவைகள் உள்ளன. அவற்றை நிறைவேற்றிக் கொள்ளப் பார்ப்பார்கள்.

நிறைவேற்றப்பட வேண்டிய தேவை
↘
அதனால் உருவாகும் பதற்றம்
↘
நிறைவேற்றிக் கொள்ளும் வேகம்/தேடல்
↘
நிறைவேறும் தேவை
↘
குறையும் பதற்றம்

வேலையிடங்களிலோ, கல்விக்கூடங்களிலோ, அல்லது வீடு போன்ற பிற இடங்களிலோ எதைச் செய்ய வேண்டும், எதைச் செய்யக் கூடாது என்று மக்களுக்குத் தெரிவிக்க வேண்டியுள்ளது. எப்படி தெரிவிக்கலாம்? வாயால் சொல்லலாம். சொல்வதையே உறுதியாகச் சொல்லி அறிவுறுத்தலாம்.

இவைதான் நடைமுறைகள், பின்பற்ற வேண்டிய விதிகள் என்று எழுதிப் போடலாம், எவை வரவேற்கப்படும் செயல்பாடுகள் என்றும் அறிவிக்கலாம். ஆனால் இவை மட்டுமே போதுமா? என்று யோசித்ததின் விளைவுதான் B.F. ஸ்கின்னர் என்பவரின் ஆராய்ச்சிகள். அவர் செய்த ஆராய்ச்சிகள் நிறுவனங்களில் பணிபுரியும் ஊழியர்களிடம் இல்லை. முதலில் எலிகளிடம் செய்திருக்கிறார். பின்பு பள்ளிப் பிள்ளைகளிடம் செய்திருக்கிறார்.

‘பிகேவியர் மாடிபிகேஷன்’ என்றால், நடந்து கொள்ளும் விதத்தில் மாறுதல் என்று பொருள் அல்லவா, அதைத்தான் ஸ்கின்னர் ஆராய்ந்திருக்கிறார். வெறுமனே வாய்வழி அறிவிப்புகள் மூலம் தெரிவிப்பதைவிட, நாம் என்ன எதிர்பார்க்கிறோம், எதைச் செய்யக் கூடாது என்று நினைக்கிறோம் என்பதை, நம் செயல்கள் மூலம் ஊழியர்களுக்கு/பிள்ளைகளுக்கு காட்டலாம். அது வலுவானதாக இருக்கும் என்பது அவரது கண்டுபிடிப்பு.

விரும்பத்தக்க நடவடிக்கைகளை, அங்கீகரிப்பதன் மூலம், அவற்றை அதிகப்படுத்தலாம். தண்டிப்பதன் மூலம் செய்யக் கூடாதனவற்றை அவர்கள் செய்யாவண்ணம் செய்துவிடலாம் என்றார். இவற்றை ஆரம்ப நிலைகளிலேயே செய்துவிட வேண்டும் என்றார்.

உதாரணத்துக்கு, வகுப்பில் பாடம் நடக்கும்போது, மாணவர்கள் தங்களுக்குள் பேசினால் தண்டனை. ஒவ்வொரு முறையும். எந்த மாணவன் பேசினாலும். என்ன காரணத்துக்காக இருந்தாலும். இப்படிச் செய்ய என்ன ஆகும்? மாணவர்கள், குறிப்பிட்ட ஆசிரியரின் வகுப்பினில் வகுப்பு நடக்கும்போது பேசவே மாட்டார்கள். அப்படி கண்டிக்காத ஆசிரியரின் வகுப்பினில் அப்படிப்பட்ட ஒழுங்கினை எதிர்பார்க்க முடியாது.

அதேபோல, மிக அதிக மதிப்பெண் எடுத்த மாணவனுக்கு, ஆசிரியர் பரிசு கொடுக்கிறார். அல்லது பள்ளி ‘அசெம்ப்ளி’யில் வைத்துப் பாராட்டுகிறார். ஒவ்வொரு வகுப்பில் உள்ளவர்களுக்கும், ஒவ்வொரு முறையும் நிகழ்கிறது. என்ன விளைவு ஏற்படும்? மாணவர்கள் கூடுதல் மதிப்பெண்கள் எடுக்க முயற்சி செய்வார்கள்.

மனது நிகழ்வனவற்றைத் தொடர்புபடுத்தி நினைவு வைத்துக் கொள்ளும். இதைச் செய்தால் இது. அதைச் செய்தால் அது என்பதுபோல.

நிறுவனங்களிலும், இப்படி மக்களை செயல், மறுவினை என்று ஒன்று தொடர்புபடுத்திப் பார்க்க வைக்க முடியும் என்பதுதான் செய்தி.

2. தேவைகளின் அடுக்கு - ஆப்ரகாம் மாஸ்லோ

இந்த Hierarchy of Needs எனப்படும் விளக்கம்தான், மோடிவேஷன் தியரிகளிலேயே மிகவும் அடிப்படையான விளக்க

மாகப் பார்க்கப்படுகிறது. மனிதர்களுக்கு பல தேவைகள் உண்டு. அவற்றை நிறைவு செய்து கொள்ள முயற்சி செய்கிறார்கள். அந்தத் தேவைகளைப் புரிந்துகொண்டு அவற்றைப் பெற, வேலையும் வேலையிடமும் வாய்ப்பு கொடுத்தால் நல்லது என்பதுதான் மேஸ்லோ கொடுத்த விளக்கம்.

இந்த விளக்கத்தை சற்றே விரிவாகப் பார்க்கலாம்.

1. தேவைகள் ஒன்றல்ல. அவற்றை ஐந்து பகுதிகளாகப் பிரிக்கலாம்.

2. அந்தத் தேவைகள்

   - உடல் தொடர்பானவை
   - பாதுகாப்பு தொடர்பானவை
   - சமூக, உறவுகள் தொடர்பானவை
   - சுயமதிப்பு தொடர்பானவை
   - தன்னிறைவு தொடர்பானவை

3. ஐந்து தேவைகளும் மேலே கொடுக்கப்பட்டிருக்கும் வரிசையில்தான் வருகின்றன. அவை ஓர் அடுக்கில் இருப்பதுபோல, குறிபிட்ட வரிசையில் இருக்கின்றன. கீழிருந்து மேலாக அவை நகரும்.

4. முந்தைய தேவைகள் ஓரளவு முழுமையாக நிறைவேறிய பின்னரே அடுத்த தேவைகளுக்கான தேடல் தொடங்குகிறது.

5. ஒருவரை ஊக்கப்படுத்த அவர் எந்தத் தேவை நிலையில் இருக்கிறார் என்பதைப் புரிந்து கொண்டு அதற்கேற்ப செயலாற்ற வேண்டும். இவற்றை ஒரு படமாகவே பார்க்கலாம்.

5	தன்னிறைவுத் தேவைகள்	முழு திறனைக் காட்டுதல், அற்புத நிலைகள் அடைதல்
4	சுயமதிப்புத் தேவைகள்	சுயமரியாதை, சுதந்தரம், சாதனைகள், பதவி, மதிப்பு, அங்கீகாரம், கவனிப்பு

3	சமூக, உறவு தேவைகள்	அன்பு, சேர்ந்திருத்தல், ஏற்றுக்கொள்ளப்படல், நட்பு
2	பாதுகாப்பு தேவைகள்	உடலுக்கும் மனத்துக்கும் தேவைப்படும் பாதுகாப்பு
1	உடல் தேவைகள்	வயிற்றுப்பசி, தாகம், உடல்பசி, தங்குமிடம், பிற உடல் தேவைகள்

இந்தத் தேவைகளின் அடுக்கு விளக்கத்தைக் கொடுத்த ஆப்ரகாம் மாஸ்லோவே, ஐந்து தேவைகளையும் இரண்டு பகுதிகளாகப் பிரிக்கிறார்.

முதல் மற்றும் இரண்டாம் நிலைத் தேவைகளை அடிநிலைத் தேவைகள் என்றும், அடுத்த மூன்று நிலைகளையும் உயர்நிலைத் தேவைகள் என்றும் குறிப்பிடுகிறார்.

ஏற்கெனவே நிறைவேறியுள்ள தேவைகளுக்குக் கொடுப்பதன் மூலம், ஒருவரை ஊக்கப்படுத்த முடியாது என்றும், நிறை வேறாத தேவைகளை கவனிப்பதன் மூலம், கூடுதலாகச் செய லாற்ற வைக்க முடியும் என்பதும் பயனுள்ள கண்டுபிடிப்பாகப் பார்க்கப்பட்டது.

3. தியரி எக்ஸ் - தியரி ஒய் - டக்ளஸ் மெக்ரிகர்

டக்ளஸ் மெக்ரிகர் (Douglas Mcgregor) அறிமுகப்படுத்திய விளக்கம் இது. மேலாளர்கள், மேற்பார்வையாளர்கள் ஆகியோர் இருவகையினராக இருக்கிறார்கள். அவர்களிடம் பணியாற்றும் ஊழியர்கள் பற்றி என்னவிதமாக, அபிப்பிராயம் கொண்டிருக்கிறார்கள் என்கிற அடிப்படையில் அவர்கள் இருவகைப்படுகின்றனர்.

ஒரு சிலர் தியரி எக்ஸ் வகையினர். மற்றவர்கள் தியரி ஒய் வகையினர். (ஓர் அடையாளத்துக்காக X மற்றும் Y வகையினர் என்கிறார்).

அவர்களுடைய எண்ணங்களில் அப்படி என்னதான் வித்தியாசம்?

தியரி எக்ஸ் வகையினரின் எண்ணம் / பார்வை	தியரி ஒய் வகையினரின் எண்ணம் / பார்வை
1. ஊழியர்கள் என்றாலே, உள்ளூர வேலைகளை விரும்பாதவர்கள் தாம். சந்தர்ப்பம் கிடைக்கும் போதெல்லாம் அவர்கள் தங்கள் வேலையைத் தட்டிக் கழிக்கவே பார்ப்பார்கள்.	1. ஊழியர்களால் வேலையையும், ஒரு சுவாரசியமான விளையாட்டைப் போல பார்க்க / அணுக முடியும்.
2. அவர்களுக்கு வேலை செய்யப் பிடிக்காது என்பதால், மிரட்டி உருட்டிதான் வேலை வாங்க வேண்டும். தண்டித்து, அவர்களைப் பயமுறுத்தி வைக்க வேண்டும்.	2. அவர்கள் செய்ய ஒப்புக்கொண்டு விட்டால், செய்து முடிக்கும் ஆர்வம் ஏற்பட்டு விட்டால், அவர்களே அவர்களை வழி நடத்திக் கொள் வார்கள். சுய கட்டுப்பாட்டுடன் நடந்து கொள்வார்கள்.
3. பெரும்பாலானவர்களுக்கு பொறுப்பு கிடையாது. என்ன செய்ய வேண்டும் என்று நாம் சொல்ல வேண்டும் என்று எதிர்பார்த்து இருப்பார்கள். அவர்களாகச் செய்யமாட்டார்கள்.	3. சராசரி மனிதர்கள், பொறுப்பாகப் பணியாற்ற கற்றுக் கொள்வது, ஒப்புக் கொள்வது மட்டுமல்ல, அவர்களாகவே முன்வந்தும் பொறுப்பாக செய்வார்கள்.
4. வேலை பாதுகாப்பு, பணி நிரந்தரம் போன்றவையே அவர்களுக்குப் பிரதானம். மேம்பாடு செய்ய வேண்டும் என்கிற ஆர்வமெல்லாம் கிடையாது.	4. புதுமையாகச் சிந்திப்பது என்பது எல்லா மக்களிடமும் பரவலாகக் காணப்படும். அது ஒன்றும் நிர்வாக நிலைகளில் இருப்பவர்களின் தனிச் சொத்தல்ல.

நமது சிந்தனைகள் எக்ஸா? ஒய்யா? நமது மேலதிகாரியின் சிந்தனை எப்படி?

முன்பு பார்த்த மாஸ்லோவின் தியரிப்படி அடிநிலைத் தேவை களை மட்டுமே மக்கள் தேடுவார்கள் என்று நினைப்பவர்கள் - தியரி எக்ஸ் வகையினர்.

மக்கள் மேல்நிலைத் தேவை உள்ளவர்கள் என்று எண்ணுபவர் கள் தியரி ஒய் வகையினர் என்றும் எடுத்துக் கொள்ளலாம்.

4. டு பேக்டர் தியரி - ஹெர்ஸ்பெர்க்

இதனை முன்பே விரிவாகப் பார்த்து விட்டோம். ஹெர்ஸ்பெர்க் கள ஆய்வு (பீல்ட் ஸ்டடி) செய்து கண்டறிந்து சொன்னது. இந்த இரண்டு பிரிவுகளும்கூட (ஊக்கப்படுத்துபவை - திருப்திப் படுத்துபவை) மேஸ்லோவின் அடிநிலை மற்றும் உயர்நிலைத் தேவைகளைப் போன்றதே என்று சொல்வோரும் உண்டு.

5. ERG தியரி - கிளேட்டன் ஆல்டர்பர்

ஆப்ரகாம் மேஸ்லோவின் தேவைகளின் அடுக்கு விளக்கத்தை மீண்டும் ஆராய்ந்த கிளேடன் அல்டர்பெர் என்பவர் கொடுத்த விளக்கம்தான், ERG தியரி.

மேஸ்லோ தேவைகள் மொத்தம் ஐந்து என்றார். ஹெர்ஸ்பெர்க் இரண்டு என்றார். ஆல்டர்பெர் ரோ மூன்று என்றார். அந்த மூன்று,

- ★ Existence - இருப்பு
- ★ Relatedness - உறவுகள் தொடர்பான, உறவுகள் சம்மந்தப் பட்ட
- ★ Growth - வளர்ச்சி

அவர் குறிப்பிடுகிற ‘இருப்பு’ என்பதில் உடல் தேவைகளும் பாதுகாப்பும் அடங்கும்

உறவுகள் தொடர்பான என்பதில் சமூக மற்றும் உறவு தேவைகள் வரும்.

வளர்ச்சி எனும்போது அதில், சுயமதிப்பும் தன்னிறைவும் வந்துவிடும்.

அவர் இதனை வெளியிட்டபோது, ‘இது மேஸ்லோவின் தகவல்களேதான். என்ன புது வடிவத்தில் தரப்பட்டிருக்கிறது, ‘புதிய குப்பியில் பழைய கள்’ போல என்றார்கள். ஓரளவுக்கு உண்மைதான்.’

6. Need for Achievment Theory - டேவிட் மெக்லிலேண்ட்

தங்களது வேறுபட்ட தேவைகளை நிறைவு செய்ய மக்கள் விரும்புகிறார்கள் என்பதுதான், மெக்லிலேண்ட் என்பவரது ஆராய்ச்சி தந்த தகவல். மனிதர்களுடைய தேவைகளை மூன்று

பெரும் பிரிவுகளாக மெக்லிலெண்ட்டும் அவரைச் சேர்ந்தவர்களும் பிரித்தார்கள்.

சாதிக்க வேண்டிய தேவைகள், சக்தி மற்றும் அதிகாரத் தேவைகள், தவிர சினேகமான உறவுகளுக்கான தேவைகள் ஆகிய மூன்றும்தான் மெக்லிலெண்டின் ஆராய்ச்சிகளின்படி, முக்கியத் தேவைகள். இந்தத் தேவைகளை நிறைவு செய்து கொள்வதற்காக மக்கள் கூடுதலாக உழைப்பார்கள்.

சாதனைத் தேவைகள் (Need for Achievment)

செய்வனவற்றை சிறப்பாக, கூடுதலாக, அழுத்தமாகச் செய்ய வேண்டும் என்று நினைப்பவர்களிடம், வெற்றிமீது தீராத தாகம் கொண்டவர்களிடம் வற்றாமல் இருந்துகொண்டேயிருக்கும் தேவை இது. அடுத்து, அடுத்து என்று எப்போதும் வெற்றிகளின் பின்னாலேயே ஓடிக்கொண்டிருப்பார்கள்.

அதிகாரத் தேவைகள் (Need for Power)

தன் சொல்லுக்கு, ஆணைக்குக் கட்டுப்பட்டு பலவும் நடக்க வேண்டும் என்று நினைப்பவர்களிடம் காணப்படும் தேவை இது. மற்றவர்களை ஆளும் சக்தியினை பெற வேண்டும் என்கிற ஆவல் உள்ளவர்களிடம் காணப்படும் தேவை.

சினேகமும் உறவும் வேண்டும் தேவை (Need for Affiliaition)

மற்றவர்கள் தங்களுடன் சினேகத்துடனே, அன்பாகவே இருக்க வேண்டும் என்று நினைப்பவர்களிடம் மேலோங்கியிருக்கும் தேவை இது.

எந்தத் தேவை எவரிடம் மேலோங்கியுள்ளது என்று கண்டு உணர்ந்து, அந்தத் தேவைகளை நிறைவு செய்யும் வேலைகளில் அவர்கள் இணைந்து விட்டால் போதும், வேலை தன்னால் ஓடும். மாற்றி அமைந்துவிட்டாலோ, பிரச்னைதான். உப்பு நீரில் சோப்பு கரைவதற்கு சிரமப்படுவது போலாகிவிடும்.

7. Expectancy Theory - V.H. Vrom

எதைச் செய்தால் எது கிடைக்கும் என்று மக்கள் கணக்குப் போடுகிறார்கள். இவை இரண்டையுமே நாம் கவனிக்க வேண்டும். எதைச் செய்ய வேண்டுமோ, அதுதான் செயல்பாடு - பெர்ஃபார்மென்ஸ்.

செய்து முடித்தால், எது கிடைக்குமோ அதுதான் தேவை - செய்பவரின் இலக்கு - கோல்.

இந்த இரண்டு பற்றிய ஒருவரின் சுய போராட்டமே அவரை செயல்படவோ, சோர்வடையவோ வைக்கிறது என்கிறார் வரூம்.

8. Equity Theory - ஆடம்ஸ் மற்றும் சிலர்

தான் என்ன வேலை, எவ்வளவு செய்கிறோம். அதற்கு நமக்கு என்ன கொடுக்கிறார்கள் என்பதையும், நம்மைப் போலவே வேலை செய்யும் ஒருவருக்கு நிறுவனம் என்ன தருகிறது என்பதையும் பணியாளர்கள் கவனிப்பார்கள். இந்த ஒப்பிடு தலில், தனக்கு சரியாகவோ, கூடுதலாகவோ கிடைப்பதாக அவர்கள் உணர்ந்தால் (பெர்செப்ஷன்) அவர்கள் அதிக ஊக்கத் துடன் வேலை செய்வார்கள்.

தவறிக்கூட, தங்களைவிட மற்ற எவரோ, பெற வேண்டியதை விட கூடுதலாகப் பெறுவதாக நினைத்துவிட்டால் ஊக்கம் குறைந்து, வேலையையும் குறைத்துக் கொள்வார்கள். இதுதான் ஈக்விட்டி தியரி சொல்லும் விளக்கம்.

நீதி வழங்கப்பட வேண்டும். நீதி வழங்கப்பட்டது தெரியவும் வேண்டும் என்பார்களே அப்படித்தான் பணியிடங்களில் நடந்து கொள்ள வேண்டும். தங்களுக்கு எவ்வளவு தரப்படுகிறது என்பதை மட்டும் எவரும் பார்ப்பதில்லை. உடன் சுற்றுமுற்றும் பார்க்கிறார்கள். அவருக்கு எவ்வளவு, இவருக்கு எவ்வளவு! என்று உன்னிப்பாகக் கவனிக்கிறார்கள்.

மோட்டிவேஷன் தியரிகள் பற்றி கணிசமான அளவு பார்த்து விட்டோம். நிறுவனங்களில் அடிபடும் இது தொடர்பான மற்று மொரு வார்த்தை 'Demotivation'. சிலரைப் பார்த்து 'என்னவோ தெரியவில்லை. அவர் ரொம்ப டீமோடிவேட்டட் ஆக இருக் கிறார்' என்பது போலச் சொல்லுவார்கள். அது என்ன?

ஊக்கம் குறைந்து போவது அல்லது ஊக்கமே இல்லாமல் இருப்பது என்று அர்த்தம்.

'மோட்டிவேஷன்' என்கிற ஆங்கிலச் சொல்லுக்கு எதிர்ப்பதம், எதிர்நிலை 'டீமோட்டிவேஷன்' என்கிற சொல். ஊக்கம்

உள்ளவர் என்பதற்கு ஊக்கம் குறைந்தவர் அல்லது இழந்தவர் என்று எதிர்மறை சொல்லலாம்.

எதனால் எல்லாம் பணியாளர்கள் ஊக்கம் இழக்கிறார்கள்?

- தகுதிக்கும், திறமைக்கும் உரிய வேலை தரப்படாதது
- பாரபட்சத்துக்கு உள்ளாவது
- என்ன செய்தாலும் கண்டுகொள்ளப்படாமல் விடப்படுவது
- போதிய அங்கீகாரம் கிடைக்காமல் போவது
- சூழ்ச்சிகளுக்கு உள்ளாவது
- மதிப்புக் குறைவாக நடத்தப்படுவது

பணியிடத்தில் ஓரிருவரோ, சிலரோ, பலரோ அப்படிப்பட்ட ஒரு நிலையை அடைந்தால் அதன் விளைவுகள் எப்படி யிருக்கும்?

ஊக்கம் குறைவாக உள்ள ஊழியர்களின் அடையாளங்கள்

1. அடிக்கடி விடுப்பு எடுப்பவர்
2. வேலையிடங்களில் விபத்துகளுக்கு உள்ளாபவர் (Accident prone)
3. வேலையையே ராஜினாமா செய்துவிட்டுப் போபவர்
4. மேற்பார்வையாளர் மற்றும் சக ஊழியர்களுடன் வாதிடு பவர், சண்டை போடுபவர், உடல் நலம் கெட்டுப் போக இடம் கொடுப்பவர்.
5. அடங்கி அமைதியாகி விடுபவர். ஆர்வம் குறைந்து போய் ஒடுங்கி விடுபவர். எதிலும் கலந்து கொள்ளாதவராக ஒதுங்கி யிருப்பவர்
6. அடிக்கடி எதிர்ப்புகள் தெரிவிப்பவர்,போராட்டங்களில் ஈடுபடுபவர்
7. மற்றவர்களை விரட்டுபவர், மிரட்டுபவர்

இவையெல்லாம் நிச்சயமாக தீர்க்கப்படவேண்டிய பிரச்னைகள் தான். மேலே பார்த்த ஆராய்ச்சிகள் கொண்டு இவற்றை எல்லாம் சரிசெய்யமுடியுமா? இவையெல்லாம் ஏட்டுச் சுரைக்காய் தானா? அல்லது பலன் உண்டா?

6

நடைமுறையில் ஊக்கப்படுத்தும் வழிமுறைகள்

தியரி என்றாலே, காகித சர்க்கரை என்று சொல்பவர்கள் உண்டு. சொல்லலாம். செய்ய வேண்டுமே என்பார்கள். செய்தால்தான் பலன். வெறுமனே ஆராய்ந்து கொண்டேயிருப்பதால் உதவி இல்லை.

மோட்டிவேஷன் தியரிகள் பல வெற்றிகரமாக நடைமுறைப் படுத்தப்பட்டுள்ளன. நடைமுறைப்படுத்துமளவுக்கு மாற்றியும் அமைக்கப்பட்டு, உலகின் பல்வேறு பாகங்களில் உள்ள நிறு வனங்களில் செயல்பட்டும் வருகின்றன. அவற்றில் முக்கிய மான ஒன்று Perforamnce Management Program (PMP).

செயல்பாட்டினை நிர்வகிக்கும் திட்டங்கள் (செ.நி.தி.) என்று தமிழிலும் சொல்லலாம். அதில் பிரபலமான ஒரு திட்டம்தான், Management by Objectives (MBO).

குறிக்கோள்கள் மூலம் நிர்வகிப்பது என்பது அதன் பொருள்.

MBO - **பீட்டர் டிரக்கர்**

எதை எப்போது எவ்வளவு செய்ய வேண்டும் என்பதை அவ்வப் போதும், அடிக்கடியும் சொல்லிக் கொண்டேயிருந்தால்,

செய்பவர்களுக்குச் சிரமமாகத்தான் இருக்கும். அடுத்து புதிதாக என்ன சொல்வார்களோ, எப்போது சொல்வார்களோ என்று வேலை என்று செய்பவர்கள், உத்தரவுகளுக்காகக் காத்துக் கொண்டேயிருக்க வேண்டும்.

செய்தவுடன், 'இது சரியில்லையே! அப்படி செய்திருக்கலாமே' என்பதுபோல அதிகாரிகள் சொல்லிவிட்டால், மேலும் சங்கடம்தான் ஏற்படும்.

'என்ன செய்யணும் என்று சரியாகச் சொல்லி விடுங்கள் சார். நான் முடித்து விடுகிறேன்' என்று சற்று விரைப்பாக பதில் சொல்லும் ஊழியர்களும் உண்டு. இப்படிப்பட்ட பிரச்னைகளை எல்லாம் கவனித்து, அதற்கான சிறந்த தீர்வாக, பீட்டர் டிரக்கர் என்பவரால் சொல்லப்பட்டதுதான் **MBO.**

எவருக்கும், அவர் செய்ய வேண்டியது, முடிக்க வேண்டியது என்ன என்பதை முன்கூட்டியே தெரிவிக்க வேண்டும். அப்படி 'செய்ய வேண்டியதை' தெரிவிக்கும் முன்னர், அதைப் பற்றி சம்மந்தப்பட்டவரிடம், மேலதிகாரி கலந்து பேச வேண்டும்.

செய்ய வேண்டியது என்ன என்பதைத் தெளிவாக முடிவுசெய்து தெரிவிக்க வேண்டும். தெளிவு என்றால்,

- எதை
- எப்போதைக்குள்
- எந்த அளவில், உருவில், தரத்தில், செலவுக்குள் முதலிய வற்றை ஊழியரிடம் கலந்து முடிவுசெய்து எழுத்து மூலம் தெரிவிப்பது.

குறிப்பிட்ட இடைவெளியில் (மூன்று அல்லது ஆறு) மாதங் களுக்கு ஒருமுறை அவை எப்படி செய்யப்பட்டிருக்கின்றன என்று உரியவர்களுடன் அமர்ந்து சரிபார்ப்பது (Quarterly or Half Yearly Review).

செய்ய வேண்டியவற்றில் மாறுதல்கள் தேவைப்பட்டால் அவற்றைப் பற்றியும் பேசி, முடிவு செய்து கொள்வது.

இவைதான் **MBO-**ன் முக்கிய அம்சங்கள். இந்த MBO முறை, தொழிலாளர்கள், பணியாளர்களைவிட, அதிகாரிகளுக்கும் நிறு வனத்துக்கும் தனிப்பட்ட வியாபார குழுமங்களுக்கும் பெரிதும் பொருந்தும். இதனால் விளையும் பலன்கள் ஏராளம்.

(அ) தான் எவற்றை, எப்போதைக்குள் செய்ய வேண்டும் என்று தெளிவு, பணியாற்றுபவருக்குக் கிடைக்கும்.

(ஆ) தன்னிடம் சொல்லப்பட்டு விட்டது. இனி அதை உடனடியாக மாற்றிவிட மாட்டார்கள் என்பதால், செய்பவருக்கு ஊக்கம் அதிகமாகிறது. காரணம், அவரால் அவருடைய வேலையை நன்கு திட்டமிட்டு செய்ய முடியும். அதனால் அவரால் கூடுதலாகவும், தேவைப்பட்டால் வித்தியாசமாகவும் உழைக்க முடியும்.

உதாரணத்துக்கு, ஒரு நிறுவனத்தின் விற்பனைத்துறை அதிகாரியின் MBO சிட்டை எப்படியிருக்கும் என்று பார்க்கலாம்.

2010 ஏப்ரல் முதல் 2011 மார்ச் வரையிலான 12 மாதங்களில் அவர் செய்ய வேண்டியவை	
ஊழியர் - தங்கமணி	விற்பனைத் துறை மேலாளர்
அதிகாரி - செந்தமிழ்ச் செல்வன்	விற்பனை அதிகாரி, கோவை

செய்ய வேண்டியவை	எவ்வளவு	எப்போதைக்குள்
செய்ய வேண்டிய விற்பனை அளவு (வரவேண்டிய வியாபாரம்)	ரூ. 25 லட்சம்	Q 1 - 3 லட்சம் Q 2 - 5 லட்சம் Q 3 - 7 லட்சம் Q 4 - 10 லட்சம்
விற்பனை முகவர்கள் நியமிப்பது	200	ஒவ்வொரு காலாண்டிலும் 50
புதிய வாடிக்கையாளர்கள் சேர்ப்பது	200	ஜூன் மாதத்துக்குள் 100 செப்டெம்பருக்குள் 200
வராத / வசூலிக்க முடியாத பணத்தின் (பேட் டெட்ஸ்) அளவைக் கட்டுப்படுத்துவது	50 ஆயிரத்துக்குள்	ஆண்டு இறுதிக்குள்
விநியோகஸ்தர்கள் நியமிப்பது	5	ஒவ்வொரு காலாண்டிலும் 50-க்குக் குறையாமல்

சிறப்பாக நடத்தப்படும் நிறுவனங்களில் MBO முறை செயல் பட்டு வருகிறது. அதன் பெயரும், விவரணைகளும் சற்று வேறு படலாம். ஆனால் வழிமுறை இதுதான்.

என்ன செய்ய வேண்டும் என்பதை சில நிறுவனங்களில் KRA (Key Result Area) என்றழைப்பார்கள். வேலையில் பலவும் செய்ய வேண்டி வரும். ஆனால் அவையெல்லாவற்றிலும் எவை முக்கியமானது என்பதைப் பார்ப்பதுதான் KRA முறை.

'நான் தினசரி வேலைக்கு வந்தேன். நேரத்துக்கு வந்தேன். வாடிக்கையாளர்களை சேர்க்க மொத்தம் 13 கூட்டங்கள் போட்டேன். வசூலாகாத பணத்தை வசூலிக்க 60 முறை சென்றேன்' என்றெல்லாம் செந்தமிழ் செல்வன் சொன்னால், தங்கமணி என்ன ஏற்பாரா? இவற்றால் நிறுவனத்துக்கு என்ன பலன்? என்று கேட்பாரா இல்லையா?

'அய்யா நீங்கள் என்ன செய்ய வேண்டும்? எப்படி செய்ய வேண் டும் என்பதை நீங்களே முடிவு செய்து கொள்ளுங்கள். (ஆனால்) இந்த ஆண்டு, உங்கள் மூலம் ரூ. 25 லட்சம் வியாபாரம் ஆகவேண்டும்.

தவிர, நீங்கள் புதிய வாடிக்கையாளர்கள் 200 பேரையும் சேர்க்க வேண்டும் என்பதுபோல, எவையெல்லாம் முக்கியமோ அதனைத் தெளிவாகச் சொல்லும் முறைதான் MBO அல்லது KRA.

வேறு சில நிறுவனங்களில் KPI (Key Perforamance Indicators) என்பார்கள். ஒருவருடைய செயல்பாட்டைண் சுட்டும் முக்கியக் குறியீடுகள்.

செந்தமிழ்ச் செல்வனின் வேலை எப்படி என்பதை அருகிலிருந்து பார்க்க வேண்டிய அவசியமில்லை. தூரத்தில் வெளியூர்/வெளி நாடுகளில் இருந்து கொண்டேகூட, சில குறிப்பிட்ட எண்களைக் கவனித்தால் போதும். செயல்படுகிறாரா, இல்லையா என்று தெரியவரும்.

அந்த எண்கள்தான் KPI.

எப்படி பெற்றோர் அவர்களுடைய மகன், மகள் எப்படி படிக்கி றார்கள் என்பதை அவர்களுடைய பிராகரஸ் ரிப்போர்ட் கார்டைப் பார்த்து தெரிந்துகொள்வார்களோ அப்படிபட்டதுதான்.

இதுவரை செய்திருக்கும் வியாபார அளவு	செய்திருக்க வேண்டிய அளவு
சேர்த்திருக்கும் புதிய வாடிக்கையாளர்கள்	சேர்ந்திருக்க வேண்டிய வாடிக்கையாளர்கள்
நியமித்திருக்கும் விநியோகஸ்தர்கள்	நியமிக்கப்பட்டிருக்க வேண்டிய விநியோகஸ்தர்கள்
தற்சமயம் நிலுவையில் இருக்கும் வரவேண்டிய தொகை	வசூலிக்க ஒப்புக்கொண்ட தொகை

இவைதான் சில முக்கிய செயல்பாட்டு அடையாளங்கள், சுருக்கமாக KPI.

மோட்டிவேஷன் தியரிகளைப் பயன்படுத்துவது

நம் கட்டுப்பாட்டில், நம் பொறுப்பில் இருப்பவர்களை எப்படி ஊக்குவித்து சிறப்பாக செயல்பட வைப்பது என்பதுதான் நமது தேவை என்றால், அதற்கு இந்த மோட்டிவேஷன் தியரிகளில் நிறையவே தகவல்கள் இருக்கின்றன. ஆராய்ந்து சொல்லப் பட்ட தகவல்கள்.

1. பணியாற்றுபவர்கள் மனிதர்கள்

இயந்திரங்களுக்கே தேவைகள் உண்டு. ஆயில், கிரீஸ் போன்ற வற்றை அவ்வப்போது போட்டுக்கொண்டேயிருக்க வேண்டும். தொடர்ந்து மின்சாரம் கொடுத்துக்கொண்டே இருக்க வேண்டும். பழுதாகும் முன்பே கவனித்து தேய்ந்து போன பாகங்களை மாற்ற வேண்டும்.

மனிதர்களுக்கு உடல் தவிர மனதும் உண்டே. மனது என்றால் அதில் ஆசைகள் இல்லாமலா?

‘நம்மிடம் வேலை கேட்டு வந்திருக்கிறார்கள். அவர்களுக்கு வேலை கொடுப்பதே நாம் செய்யும் பெரிய உதவி’ என்கிற நினைப்போடு அவர்களை அணுகவே கூடாது.

அவர்களுடைய தேவைகளை தெரிந்து, உணர்ந்து நிறைவேற்று வதன் மூலம், நாம் அவர்களை முழுமையாகப் பயன்படுத்திக் கொள்ள முடியும். இல்லாவிட்டால், அவர்களுடைய உடம்பு

தான் வேலையிடத்தில் இருக்குமே தவிர மன விருப்பமின்றிதான் வேலை செய்வார்கள். அதனால் விளையும் பலன்கள் குறைவுதான்.

தங்கள் தேவைகள் எங்கு நிறைவேறுமோ. அதுபோன்ற இடங் களில்தான் தங்குவார்கள். நிறுவனம் நடத்துபவர் இவற்றை கவனித்து நிறைவேற்ற வேண்டும். வேறு வழியில்லை.

2. ஊதியம் மட்டுமே அவர்களது தேவை அல்ல

மேஸ்லோ, ஹெர்ஸ்பெர்க், அல்டர்பர் என்று அதனை ஆராய்ந்த அனைவருக்குமே, ஊக்கப்படுத்துவன என்று பலவற்றைச் சுட்டிக்காட்டியிருக்கிறார்கள். பலரும் நினைத்துக் கொண் டிருப்பதுபோல, பணத்தைக் கொடுத்தால் (தூக்கி எறிந்தால்!) உரிய நபர் கிடைப்பதில்லை. அதற்காக நிறுவனங்களில் தங்குவதுமில்லை.

சில ஆண்டுகளுக்கு முன்பு கேலப் என்கிற புகழ்பெற்ற மனித வளத்துறை நிறுவனம் ஒன்று உலக அளவில் பெரிய நிறுவனங் களில் பணியாற்றும் பலரிடம் கேட்டறிந்து வெளியிட்ட தகவல் இது. நீங்கள் ஏன் உங்களுடைய முந்தைய நிறுவனத்தை விட்டு விலகினீர்கள் (ராஜினாமா செய்தீர்கள்) என்ற கேள்விக்கு அவர்களில் பெரும்பாலானோர் சொன்ன பதில்: நாங்கள் வேலையை விட்டதற்குக் காரணம் எங்கள் மேலாளர்தான்.

மக்கள் கூடுதல் ஊதியம் கிடைக்கிறதென்று தங்கள் வேலை களை விடுவதில்லை. பெரும்பாலானவர்கள் மற்ற காரணங் களுக்காகத்தான் விடுகிறார்கள். அந்த பல காரணங்களில் முக்கியமான காரணம், மேலாளர்தான். மேலாளர் என்றால், அவர் அவர்களை நடத்திய முறை, கொடுக்காத சுதந்தரம், படுத்திய பாடு, இப்படிப் பல... மக்கள் தெரிவித்த வேறு சில காரணங்கள்...

★ செய்து முடிக்கக் கூடிய அளவு வேலை அல்ல இது. நியாயமற்ற எதிர்பார்ப்புகள்.

★ இங்கே எவருக்கும் மரியாதை கிடையாது.

★ வேலை செய்பவரும் செய்யாதவரும் இங்கே ஒன்றுதான்

★ ஒரேபோல எப்போதும் செய்ய வேண்டியிருக்கிறது. எதையும் வித்தியாசமாகச் செய்ய விடமாட்டார்கள்.

★ நன்றாக வேலை செய்பவரை இங்கே வாயால் பாராட்டுவது கூட கிடையாது.

★ எத்தனை ஆண்டுகள் ஆனாலும் இந்த வேலைதான். இங்கே முன்னேற முடியாது.

★ உடன் வேலை செய்பவர்கள் எல்லாம் மோசமானவர்கள்.

★ எவ்வளவு காலமானாலும் நிரந்தரம் செய்ய மாட்டார்கள்.

மோட்டிவேஷன் தியரிகள் தெரிவிப்பது இவற்றைத்தானே. மேஸ்லோ, ஐந்துவிதமான தேவைகள் இக்கிறது என்றார். அல்டர்பர் மூன்று என்றார். ஹெர்ஸ்பெர்க் இரண்டு பிரிவுகளில் பல இருக்கின்றன என்றார்.

3. எல்லோரையும் ஒரே 'நலன்' திருப்தி செய்துவிடாது

ஆடிக் கறக்க வேண்டியவை, பாடிக் கறக்க வேண்டியவை என்று மாடுகளிலேயே வேறுபாடு உண்டு. அதனால்தானே அப்படிப்பட்ட பழமொழிகள் வந்திருக்கின்றன. இதையே மேஸ்லோ சொல்லிய தேவைகளின் அடுக்கினை மட்டும் இதற்கு விளக்கமாகப் பார்க்கலாம். அந்த ஐந்து தேவை களை மக்கள் எப்படி வெளிப்படுத்துகிறார்கள், தெரிவிக்கி றார்கள்?

உடல் தேவைகள் குறித்த எண்ணங்கள்:

★ நம்மால வெயில்ல வேலை செய்ய முடியலப்பா.

★ நம்மால நாளெல்லாம் நின்னுக்கிட்டு வேலை செய்ய முடியாதப்பா.

★ நான் சோத்தைப் பார்த்து ஒரு மாசமாகுது. இந்த ஊர்ல ரொட்டிதான் கிடைக்குது.

★ வெளிநாடு ஆசையே போயிடுச்சு. குளிரா இது. எலும்பை உருக்குது.

பாதுகாப்பு தேவைகள் குறித்த எண்ணங்கள்:

★ சுரங்கத்தில் இறங்கி வேலை செய்யணும். மண் சரிவுகள் அங்கே சாதாரணம். பயமாயிருக்கப்பா

★ உயரத்தில் ஏறி வேலை செய்யணும். பாதுகாப்பு உபகரணங்கள் தரமாட்டார்கள். என்ன செய்ய!

★ அந்த ஊரில் திடீர் திடீர்னு கலவரங்கள் வரும். அதையெல்லாம் சமாளிச்சு வேலை செய்யறது கஷ்டம்.

பணிநிலை குறித்த எண்ணங்கள்:

★ இங்க யாரையும் பணி நிரந்தரம் செய்யமாட்டார்கள். எப்ப வேண்டுமானாலும் தூக்கி விடுவார்கள்.

★ சில மாதம் அதிக சம்பளம் வரும். சில மாசம் வரவே வராது. நம்பி ஏதும் செய்ய முடியாதுப்பா.

★ சம்பளம் ஒழுங்கா வருதுதான். ஆனா வேற எதுவும் எதிர் பார்க்க முடியாது. நமக்கு ஏதாவதுன்னா குடும்பத்துக்கு ஒண்ணும் கிடைக்காது.

உறவு / சமூகத் தேவைகள் குறித்த எண்ணங்கள்:

★ இங்க எவனும் எவனோடயும் பேசமாட்டான். எதிர்ல பார்த்தாகூட சிரிக்கமாட்டான். எல்லாரும் நவக்கிரகம் மாதிரி.

★ ஒரே பாலிடிக்ஸ். ஏதாவது ஒரு குரூப்ல சேரணும்பாங்க.

★ இங்க எவனுக்கும் என்னைப் பிடிக்கல. பார்த்தாலே மூஞ்சியைத் திருப்பிக்கிறாங்க.

ஈகோ / சுயமதிப்பு தேவைகள் குறித்த எண்ணங்கள்:

★ நான் நினைச்சதை இங்க செய்ய முடியும்.

★ நான்தான் இங்க எல்லாம். நான் இல்லாம ஒரு வேலையும் நடக்காது. ஒருநாள் வேலைக்குப் போகலைன்னா, ஆளாளுக்கு தேடுவாங்க. செல்லுல விடாம கூப்பிடுவாங்க.

★ ஒரு முக்கியமான புராஜக்ட் குடுத்திருக்காங்க. அதை முடிச்சதும் பாருங்க. நம்மளைப் பத்தி என்ன பேசிக்கிறாய்ங்கன்னு.

★ அங்க MD-யே கூப்பிட்டுப் பாராட்டுவார்ப்பா. என்னைக் கேட்டுத்தான் எங்க மேனேஜர் எதையும் செய்வாரு.

பிறந்ததே நிறுவனத்துக்காகத்தான் என்பது போன்ற எண்ணங்கள்:

★ இது நான் செஞ்ச வேலை. அதுல எப்படி நான் தப்பு வரவிடுவேன்?

★ காசு பணம் வேணாங்க. என் பேர்கூட போடவேணாம். நீங்க போங்க, நான் வேலையை முடிச்சுக் கொண்டாரேன்.

★ நம்ம கம்பெனி பெயர் போட்டுல்ல போகுது. விடுவேனா?

ஜாப் என்ரிச்மெண்ட் (Job enrichment)

சில நிறுவனங்களில் பிடிக்காத அதிகாரிகளை அலுவலர்களை நிர்வாகத்தின் ஓரங்கட்டிவிடுவார்கள். ஓரங்கட்டுவது என்றால், வேலையில் இருந்து எடுப்பதில்லை. சமயத்தில் பதவி உயர்வு கொடுத்துகூட ஓரங்கட்டுவார்கள். ஓரங்கட்டுவது என்பது தண்டனை போன்றது. சிலருக்கு தண்டனை என்பது அவர்களை வேலை செய்யவிடாமல் ஆக்குவதுதான்.

சில வேலைகள் அப்படித்தான் உப்புச் சப்பிலாமல் இருக்கும். தற்செயலாக அமைந்துவிடும் அல்லது காலபோக்கில் அப்படி மாறிவிடும். வேலையின் சுவாரசியமான பகுதிகள் எல்லாம் வேறு எவரோ செய்ய, சக்கைகள் மட்டும் மீதமிருக்கும். அதனைச் செய்ய எவருக்கும் விருப்பமிருக்காது.

அப்படிபட்ட வேலைகள் ஊட்டமில்லாத வேலைகள் எனலாம். வேலைகளில் சில அம்சங்களை சேர்ப்பதன் மூலம் அவற்றை ஊட்டப்படுத்தமுடியும். அதன் பெயர் தான் ஜாப் என்ரிச்மெண்ட்.

ஹெர்ஸ்பெர்க் கண்டறிந்தவை குறித்துப் பார்த்தது நினைவிருக் கலாம். சில திருப்தி தரும் அம்சங்கள், சில ஊக்குவிப்பு தரும் அம்சங்கள்.

ஊக்குவிப்பு அம்சங்கள் என்பவை ஒரு வேலையில் கணிசமான அளவு இருந்தால்தான், அந்த வேலையைச் செய்பவருக்கு வேலையில் ஆர்வம் வரும். எப்படிபட்ட அம்சங்கள் மக்களுக்கு சுவாரசியமானவை. மக்கள் தங்கள் வேலைகளில் எவற்றை எதிர்பார்கிறார்கள்?

ஆராய்ந்தவர் சொல்லும் அம்சங்கள் ஐந்து.

1. செய்கிற வேலையை யார் செய்தார் என்கிற அடையாளம் (Job identity)

2. தான் செய்கிற வேலையில் முடிவுகள் எடுக்கிற சுதந்தரம் (Job autonomy)

3. தான் செய்தது எப்படியிருந்தது என்கிற தகவல் பெறுகிற வாய்ப்பு (Job feedback)

4. தன் வேறுபாடுகள் உள்ள வேலைகள் (Job variety)

5. செய்கிற வேலைக்கு இருக்கிற முக்கியத்துவம் (Job importance)

1. யார் செய்தார் என்கிற அடையாளம்

ஓவியர்கள் வரைந்து முடிந்ததும் செய்வது, படத்தின் அடியில் வலதுபக்க ஓரத்தில் கையெழுத்திடுவார்கள்தானே. அப்படிப் போடக்கூடாது என்றால், ஓவியர்கள் என்ன ஆவார்கள்? அவர்களது வரையும் ஆர்வம் என்னாகும்?

அந்த அளவு இல்லையென்றாலும், பணி செய்பவர்களுக்கு, தாங்கள் செய்தது அது என்று சொல்லிக் கொள்ளும்படி குறைந்த பட்ச வாய்ப்பாவது வேண்டும். ஊர் கூடி தேர் இழுக்கிறது. சிலர் வெறுமனே கூட ஓடிவருவார்கள். எவர் இழுத்து தேர் வந்தது என்பதை எவராலும் சொல்ல முடியாது. இன்னார்தான் செய்தார் என்கிற அடையாளத்தைத் தருகிற வேலைகளை மக்கள் ஊக்கத் துடன் செய்கிறார்கள். தான் செய்தது என்கிற அடையாளம் வேலையில் கடைசி வரை இருக்கும் என்ற பட்சத்திலும், பலருக் கும் தெரிய வரும் என்கிற பட்சத்திலும் மக்கள் அதனைச் சிறப் பாகவே செய்ய முற்படுவார்கள். சுயமதிப்பு / ஈகோ தேவை களை நிறைவு செய்வது இது.

2. செய்கிற வேலையில் முடிவுகள் எடுக்கிற சுதந்தரம்

மற்றவர்கள் சொல்லுவதைக் கேட்டேதான் முழு வேலையை யும் செய்ய வேண்டுமென்றால், அந்த வேலை சுவாரசியமாக இருக்காது. சிலவற்றையாவது தானே சொந்தமாகச் சிந்தித்து முடிவு எடுத்து செய்ய வேண்டும் என்று விரும்புவது இயற்கை தான். அதற்கான வாய்ப்புகள் இருக்கும் வேலைகள் மக்களிடம் ஆர்வமேற்படுத்தும்.

அந்த முடிவுகள் சிறு முடிவுகளாகவோ, பெரிய முடிவுகளாகவோ இருக்கலாம். அது செய்பவருடைய ஆற்றலை வெளிப்படுத்தும் வாய்ப்பு. எல்லாம் எவராலோ முன்கூட்டியே தீர்மானிக்கப்பட்டு இருக்குமானால், அதை நேர்த்தியாகச் செய்கிற, முடிக்கிற வாய்ப்பு மட்டுமே கிடைக்கிறது. சிலருக்கு இந்தச் சுதந்தரம் தேவைப் படுகிறது.

3. செய்தது எப்படியிருந்தது என்கிற தகவல் பெறுகிற வாய்ப்பு

நீ செய்வதை தொடர்ந்து செய்துகொண்டேயிரு. அதனை எப்படி யிருக்கிறது, எப்படிப்பட்ட வரவேற்பு பெறுகிறது, அதனைப் பயன்படுத்துபவர்கள் என்ன சொல்கிறார்கள் என்றெல்லாம் கேட்காதே என்று சொன்னால் எப்படியிருக்கும்?

சில வேலைகள் அப்படிப்பட்டவையே. செய்யலாம். அது எப்படிப்பட்ட வரவேற்பைப் பெற்றது, எப்படி ஏற்றுக் கொள்ளப்பட்டது என்பது செய்தவருக்குத் தெரிய வராது.

'நீங்கள் என்ன வேலை செய்கிறீர்கள்?' என்று மிகப்பெரிய பன்னாட்டு நிறுவனம் ஒன்றில் பணியாற்றும் ஒருவரிடம் கேட்டிருக்கிறார்கள்.

'நான் ஒரு சீனியர் டெக்னிஷியன்' என்றார் அவர்.

'அப்படியா? அவ்வளவு பெரிய நிறுவனத்தில் சீனியர் டெக் னிஷியனாக மிகவும் திருப்தியாகத்தானே இருக்கிறீர்கள்?'

'இல்லை.'

'இல்லையா? ஏன்? சம்பளம் போதவில்லையா?'

'சம்பளம் நல்ல சம்பளம்தான்.'

'பிறகு, வேறென்ன மேலாளர் சரியில்லையா? மதிப்ப தில்லையா?'

'அவர் என்னை நன்றாகவே நடத்துகிறார்.'

'வேறு என்னதான் பிரச்னை?'

'வேலைதான்.'

'ஓஹோ, நிரந்தரமாகவில்லையா? இல்லை, கசக்கிப் பிழிகிறார்களா?'

'இல்லை. அப்படியெல்லாம் இல்லை'

'பிறகு என்னதான் உங்க பிரச்னை? அப்படி என்னதான் செய்ய வேண்டும் நீங்கள்?'

'ஆன், ஆஃப்'

'அப்படியென்றால்?'

'ஆன், ஆஃப். அவ்வளவுதான். ஒரு மிகப்பெரிய நவீன இயந்திரத்தினை இறக்குமதி செய்திருக்கிறார்கள். மிகவும் புத்திசாலித்தனமான (CNC - Computer Numerical Control) இயந்திரம் அது. அதனை இயக்குகிற வேலைதான் என்னுடையது. அதை இயக்குவது என்றால், நான் செய்ய வேண்டியது ஆன் மற்றும் ஆஃப் (சுவிட்சை தட்டுவது, ஓடவிடுவது, பின்பு நிறுத்துவது).

'அதுமட்டும்தானா?'

'ஆமாம்.'

'மற்றபடி?'

'ஏதுமில்லை'

'நாள் முழுக்கவா?'

'நாள், வாரம், மாதம் முழுக்கவும் இதேதான்.'

எப்படி திருப்தி வரும்? இதைச் செய்ய அதிகம் படிக்காத, அதிக திறன் பெற்றிராத ஒருவரை அல்லவா அமர்த்த வேண்டும். அவனுக்கு அது பெருமையாக இருக்கலாம். அதைச் செய்வதே சவாலாக இருக்கலாம். ஆனால் 15 ஆண்டுகள் அனுபவம் பெற்ற டெக்னீஷியனுக்கு?

4. வேறுபாடுகள் உள்ள வேலைகள்

எவ்வளவு திறமை தேவைப்படும் வேலையாக இருந்தாலும், எவ்வளவு சுவாரசியமான வேலையாக இருந்தாலும், ஒரே வேலையினை (Task எனப்படும் வேலை கூறினை) தினமும் சதா

எல்லா நேரமும் செய்துகொண்டிருக்க முடியாது. எழுத வேண்டும். செய்ய வேண்டும். பேச வேண்டும். சிலரைச் சந்திக்க வேண்டும், பிரச்னைகளைத் தீர்க்க வேண்டும் என்பது போல பலவிதமான கூறுகள் வேலை செய்யும் ஒருவருக்கு கொடுக்கப்பட வேண்டும். அது அவர்களிடம் ஒரு புத்துணர்ச்சி யைக் கொடுக்கும்.

கேஷியர் என்பது வேலை. நீங்கள்தான் நிறுவனத்தின் 'அட் மினிஸ்ட்ரேஷன்' பொறுப்பையும் ஏற்றுக்கொள்ள வேண்டும் என்கிற அளவு, வேறுபட்ட வேலைகளைக் கொடுக்கலாம். அல்லது அவ்வளவு இல்லாவிட்டாலும், வங்கிக்குப் போய் வருவது போன்ற சிறிய வேறுபாடு உள்ள வேலைகளையும் கொடுக்கலாம். ரூபாய் நோட்டுகளை எண்ணுவது மட்டுமே வேலை என்றானால், 'மோனோடொனி' எனப்படும் ஒரே காரியத்தை நெடுநேரம் எல்லா நாளும் செய்தால் ஏற்படக் கூடிய அலுப்பு வந்துவிடும். வேலையில் ஆர்வம் வற்றி விடும்.

தொடக்க நிலையில் வேலையில் சேரும்போது, இவையெல் லாம் குறையாகத் தெரியாது. மேஸ்லோ சொல்லியது போல, ஆரம்ப நிலைத் தேவைகள் நிறைவேறிய பின்புதான், மேல் நிலைத் தேவைகளுக்காகத் தவிப்பார். என்ன, தவிப்பு என்று சொல்லத் தெரியாமல் இருக்கலாம். ஆக, 'ஜாப் என்ரிச்மெண்ட்' செய்வதென்றால், ஒருவரிடம் எல்லா முக்கியமான, சுவாரசிய மான வேலைகளையும் கொடுக்க வேண்டாம்.

எல்லா வேலைகளிலும், குறிப்பாக, கூடுதல் ஆண்டுகள் பணி புரியும், உயர்நிலை ஊழியர்களின் வேலைகளில் இந்த அம்சங் களைச் சேர்க்க வேண்டும். பதவியுயர்வுகள், ஊதிய உயர்வுகள் கொடுக்கும் நேரம், இவற்றையும் சேர்க்கலாம்.

ஊழியர்கள் தினசரி வேலைக்கு வர, நேரம் பார்க்காமல், தொடர்ந்து வேலை செய்ய, நம் நிறுவனத்திலேயே தொடர்ந்து பணியாற்ற, மேலதிகாரிகளுடன் சச்சரவுகளில் ஈடு படாமல் இருக்க, இப்படிப்பட்ட ஊட்டமாக்கிய வேலைகள் உதவும். இந்த ஊட்டங்களின் குறைபாடுகள், பற்றாக் குறைகள் மேலே பார்த்த பிரச்னைகளுக்குக் காரணமாகவும் இருக்கலாம்.

5. வேலைக்கு இருக்கிற முக்கியத்துவம்

தனக்குத் தெரியும், தன்னால் முடியும், தான் திறமைசாலி, புத்திசாலி. ஏதோ ஒன்று தன்னிடம் இருக்கிறது என்றெல்லாம் பலர் பலமாக நினைக்கிறார்கள் (Self worth). உண்மையாக நினைக்கிறார்கள். இப்படியாக உள்ளூர நம்புகிறார்கள். நம்ப விரும்புகிறார்கள். அதற்கு ஏற்ப அவர்களுடைய வேலைகள் அமைந்தால் ஆனந்தம். இல்லாவிட்டால் வெறுப்புதான். அது நல்ல ஊதியம் பெற்றுத் தருகிற வேலையாகவே இருந்தாலும். எவரோ யோசித்ததை இவர்களால் வெறுமனே நடைமுறைப் படுத்திக் கொண்டிருக்க முடியாது.

பல ஆண்டுகளுக்கு முன்பு அமெரிக்க ராணுவத்தில் இப்படி ஒரு வழக்கம் இருந்ததாகச் சொல்வார்கள். தாமதமாக வருவது, சீருடையைச் சரியாக இஸ்திரி போடாதது போன்ற தவறுகளுக்கு என்.சி.சி.யில் ஒரு தண்டனை உண்டு. அது, தலைக்கு மேல் இரு கைகளாலும் கனமான ரைஃபிளைத் தூக்கிக் கொண்டு, மைதானத்தைப் பலமுறை சுற்றவேண்டும்.

ராணுவத்தில் வேறு தண்டனை. தவறு செய்தவர், குறிப்பிட்ட நீள, அகல, ஆழத்தில் மண் தரையில் குழி வெட்ட வேண்டும். வெட்டியது சரியாக இருக்கிறதா என்று பார்ப்பார்கள். வியர்வை வழிய நிற்பவரிடம் சொல்வார்கள். 'ஓகே. வெட்டி யது சரிதான். இனி அந்தக் குழியை மண்ணைக் கொண்டு ஒழுங்காக மூடு'.

வெட்ட நாலுமணிநேரம். மூட சிலமணி நேரங்கள். எல்லாம் முடிந்த பிறகு, அந்த இடம் பழைய இடம் போலவே இருக்கும். ஒரு பலனும் தராத 'வெட்டி வேலை'தானே. எவருக்கும் இப்படிப்பட்ட வேலைகளைச் செய்ய ஆர்வம் வருமா? அதனால்தான் இதனைத் தண்டனையாகத் தருகி றார்கள்.

அதேதான். மக்களுக்கு அவர்கள் செய்யும் வேலைகளால் ஏதா வது பலன் தெரிய வேண்டும். ஒன்றுக்கும் உதவாத வேலை களைச் செய்வதில் ஆர்வம் வராது. ஊதியம் குறைவாகவே இருந்தாலும், தங்கள் செயல்பாட்டால் ஏதோ நிகழ்கிறது என்பதில்தான் மனநிறைவு. வெறும் மனநிறைவு மட்டும் இல்லை, மனத்தேவையின் நிறைவு.

அப்படிப்பட்ட அம்சங்கள் வேலையில் இருக்க வேண்டும், இருந்தால் அது ஊட்டமிக்க வேலை.

ஜாப் என்ரிச்மெண்ட் என்பது ஊழியர்களாக இருப்பவர்களை விட அதிகாரிகளாக மேலாளர்களாக இருப்பவர்களுக்கு அதிகம் தேவைப்படும் ஒன்றாக இருக்கிறது. இதனை கண்டறிந்து ஒன்றுசேர்த்து தெரிவித்தவர், Hackman and Oldham. அவர் தெரிவித்தனவற்றை பின் இணைப்பு 3-ல் பார்க்கலாம்.

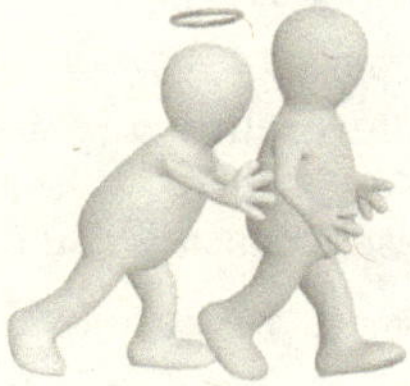

7

பெர்ஃபார்மன்ஸ் மேனேஜ்மெண்ட் புரோகிராம்

ஒரு நபரை வேலைக்கு எடுத்த பிறகு, அவர் எப்படி வேலை செய்கிறார் என்பதை முதலாளியோ, நிறுவனமோ கண்டிப்பாகக் கவனிக்க விரும்பும். சிறிய நிறுவனங்களில் முதலாளிகளால் அதைச் செய்ய முடியும். பத்துநபர்கள் வரைகூட பிரச்னை யில்லை. அதற்கு மேல் செல்லச் செல்ல, எல்லோரையும் முழுமையாகப் பார்க்க முடியாது. வார்த்தையைக் கவனியுங்கள். கண்காணிப்பது அல்ல, பார்ப்பது. அதுவே சாத்தியமில்லை.

'Span of Control' என்பார்கள். ஆளுகைக்கு உட்பட்ட விஸ்தாரம் அல்லது சாம்ராஜ்ஜியம் என்று அர்த்தப்படுத்தலாம். இங்கே நமக்கான பொருள், 'எத்தனை நபர்களுக்கு மேலதிகாரியாக, பொறுப்பானவராக இருப்பது' என்பது.

வகுப்புக்கு 60 மாணவர்கள் உள்ள பள்ளி, 30 மாணவர்கள் உள்ள பள்ளி. எதில் சேர்க்க விரும்புவோம். ஓர் ஆசிரியரால் எப்படி 60 பேரைக் கவனிக்க முடியும்? அக்கறை செலுத்த முடியும்? தேர்வுத்தாள்களைக் கூட கவனமாகத் திருத்த முடியாமல் போகலாம். எனவே முப்பது என்பதே நம் விருப்பமாக இருக்கும்.

வேலையிடங்கள் வேறல்ல. அங்கேயும் இதே தேவைகள், பிரச்னைகள்தான். இதற்காகத்தான் பெரிய நிறுவனங்களில் அதிகார அடுக்குகள் (hierarchy) உருவாக்குகிறார்கள்.

- முதலாளி அல்லது தலைமை நிர்வாகி
- அவருக்குக் கீழ் துறைத் தலைவர்கள்
- அவர்கள் ஒவ்வொருவருக்குக் கீழும் சில அதிகாரிகள்
- அவர்களுக்குக் கீழெல்லாம் தேவையான அளவுக்கு மேற் பார்வையாளர்கள் அல்லது ஊழியர்கள்.

ஊழியர்களுக்கு மேற்பார்வையாளர்கள் பொறுப்பு (வேலைக்கு மட்டுமல்ல, அந்த ஊழியர்களின் நலனுக்கும்தான்).

மேற்பார்வையாளர்களுக்கு, மேலாளர்கள். மேலாளர்களுக்கு, பொது மேலாளர் அல்லது துறைத் தலைவர்கள். அவர்களுக்கு தலைமை நிர்வாகி அல்லது முதலாளி.

இப்படிச் செய்துவிட எல்லோருக்கும் பொறுப்புகள் உண்டு. அதே சமயம் எவருக்கும் குறிப்பிட்ட அளவுதான் பொறுப்பு. இப்படிச் செய்ய வேண்டியது அவசியம். ஆனால் இது மட்டுமே போதுமா?

யார் என்ன வேலை செய்கிறார்கள்? சரியாகச் செய்கிறார்களா? போதுமான அளவு செய்கிறார்களா? முறையாக நடந்து கொள்கிறார்களா? என்றெல்லாமும் பார்க்க வேண்டும். தவிர, அவர்களில் யார் யார் எப்படி? யார் கூடுதல் முயற்சி எடுக்கிறார்? எவர் அதிக திறமை காட்டுகிறார்? எவரிடம் பொறுப்புணர்வு கூடுதல்? எவரிடம் தலைமைப் பண்பு தென்படுகிறது. எவர் மக்களுடன் / ஏனைய ஊழியர்களுடன் ஒத்துழைத்து பணி செய்கிறார் என்பனவற்றையும் பார்த்தாக வேண்டும்.

காரணம், அந்த ஊழியர்கள் நிறுவனத்தின் சொத்து. அவர்கள் அதே நிறுவனத்தில் தொடர்ந்து பணியாற்ற வேண்டும். ஆர்வமுடன் கூடுதலாகச் சிந்தித்து, அதிகம் உழைக்க வேண்டும். அவர்களை அப்படியெல்லாம் பணியாற்ற வைக்க, அவர்களிடம் ஊக்கம் குறையாமல் பார்த்துக் கொள்ள வேண்டும்.

ஊக்கம் குறையாதிருக்க, அவர்களுக்கு நாம் முன்பு பார்த்த பல் வேறு தேவைகளும் நிறைவேற வேண்டும். நிறுவனம்தான் நிறைவேற்றி வைக்க வேண்டும்.

கணக்கு ஆண்டு நிறைவுற்றதும், ஊழியர்களுக்கு சம்பள உயர்வுகள் (இன்கிரிமெண்ட்). சிலருக்குப் பதவியுயர்வுகள். சிலருக்கு இடமாற்றங்கள். சிலருக்கு வேலை மாற்றங்கள். ஒரு சிலருக்கு புதிய பொறுப்புகள். எல்லோருக்கும் போனஸ்.

இவற்றை நிறுவனம் செய்ய வேண்டும். நிறுவனம் செய்தது சரிதான் என்று ஊழியர்கள் நினைக்க வேண்டும். நினைக்கு மளவுக்கு முறையாகச் செய்ய வேண்டும். இல்லாவிட்டால் பிரச்னைதான்.

நான் பணியாற்றிய நிறுவனம் ஒன்றில் வேறுபடும் தொகை களில் ஆண்டு போனஸ் கொடுக்கும் வழக்கம் உண்டு. தொகை வேறுபடுவது என்றால், அவர்கள் செய்த வேலை செய்த பங் களிப்பைப் பொறுத்து சிலருக்கு பத்தாயிரம், சிலருக்கு நாற்பது, ஐம்பதாயிரம் என்கிற பெரிய அளவுகளில் கூட வேறுபடும்.

இப்படிக் கொடுப்பதால் என்ன நன்மை? எவர் சிறப்பாக நிறுவனத்துக்கு பல்வேறு வகைகளில் பங்களித்தாரோ அவருக்குக் கணிசமான தொகை கிடைக்கும். அவர் தொடர்ந்து சிறப்பாகப் பணியாற்றுவார். (ரீ இன்போர்ஸ்மெண்ட் தியரி). குறைவாகப் பெற்றவர், தன் செயல்பாடுகளை மாற்றிக் கொள்வார். கூடுதலாகப் பெறுவதற்காக, தேவைப்படும் விதம் செயலாற்றுவார்.

இந்த முறையில் ஓர் ஆபத்தும் இருக்கிறது. 'எவர் சரியாகச் செய்தார் என்பதைச் சரியாக முடிவு செய்ய வேண்டுமே என்பது தான் அந்த ஆபத்து. அங்கே தவறு நிகழும்போதெல்லாம், பெரிய பிரச்னைகள் வெடிப்பதைப் பார்த்திருக்கிறேன்.

போனஸே கொடுக்காவிட்டால்கூட மக்கள் பொறுத்துக் கொள்வார்கள். ஆனால் வேலை சரியாக செய்யாத ஒருவருக்குக் கொடுக்கப்பட்டதைவிட சற்றே குறைவானாலும், வேலை செய்தவர் தன் போனஸை மதிக்கமாட்டார். வெகுண்டு விடுவார். ஈக்விட்டி தியரி நினைவிருக்கலாம். 'காசுக்கு ஏற்ற பணியாரம்' என்பதை இங்கே பணியாரத்துக்கு (வேலைக்கு) ஏற்ற காசு (போனஸ்) என்று மாற்றிச் சொல்லலாம்.

பெர்செப்ஷன்ஸ் பற்றியும் பார்த்தோம். 'நீதி செய்யப்பட வேண்டும். செய்யப்பட்டது போல தெரியவும் வேண்டும்' அல்லவா. மக்கள் மனதில், நிறுவனம் நேர்மறையாகவும்தான்

எடைபோடுகிறது. ஒரே தராசுதான். தனி மனித விருப்பு வெறுப்புகள் இங்கே இல்லை என்று நினைத்தால், பிரச்னை யில்லை. மாறாக எண்ணும் சூழ்நிலை இருந்தால் குழப்பங் களும் பிரச்னைகளும்தான் மிஞ்சும்.

பெல், பாரத ஸ்டேட் வங்கி, இன்ஃபோசிஸ் போன்ற பல நிறு வனங்களில் ஐம்பதாயிரத்துக்கும் அதிகமான ஊழியர்கள். இவ் வளவு பெரிய நிறுவனங்களுக்குத்தான் என்றில்லை, முன்பு சொன்னது போல, பத்துக்கும் மேற்பட்டவர்கள் இருந்தாலே, தனிநபர் என்னால் முடியாது என்று ஒப்புக்கொண்டு, அதற்கான திட்டத்தை வகுத்துவிட வேண்டியதுதான்.

அந்தத் திட்டத்தின் பெயர்தான் Performance management program (PMP), 'செயல்பாட்டை நிர்வகிக்கும் திட்டம்.' ஆமாம், தனி மனிதர்களால் முடியாது. திட்டங்களால் முடியும். தினசரி எந்தத் தடத்தில் என்ன ரயில், எத்தனை மணிக்கு புறப்பட வேண்டும், எங்கெங்கே நிற்க வேண்டும், எந்த ரயில் தாமதமாக வருகிறது என்பதையெல்லாம் மத்திய ரயில்வே அமைச்சரா சொல்ல முடியும்? அப்படி ஒரு ஆம்னிபஸ் நிர்வாகியால்கூட சொல்ல முடியாது. குழப்பமே மிஞ்சும். முடிவு செய்வதில் அவர்கள் பங்களிக்கலாம். அதன்பிறகு அந்த முடிவுகளின்படி செயல்பாடுகள் நடக்கும். எவரையும் எதிர்பாராது, எவருக்கும் காத்திராமல், திட்டத்தின் போக்கில் ஓடிக்கொண்டேயிருக்கும்.

செயல்பாட்டைப் பராமரிக்கவும், மேம்படுத்தவும் தேவை, PMP.

வெவ்வேறு முறைகள்

நிறுவனங்கள், அலுவலகங்கள், தொழிற்சாலைகள், கல்விக் கூடங்கள், மருத்துவமனைகள் என்று பலவிதமான பணியிடங் கள் இருக்கின்றன. இது ஒரு வேறுபாடு. இந்த ஒவ்வொரு பிரி விலும் இருக்கும் பணியிடங்களின் அளவுகளில் மிகப்பெரும் வேறுபாடுகள் உண்டு. ஓராசிரியர் பள்ளி முதல் ஆயிரக்கணக் கான ஆசிரியர்கள், பேராசிரியர்கள் பணியாற்றும் பல்கலைக் கழகங்கள் வரை என்று மிகப்பெரிய வித்தியாசங்கள், கல்விக் கூடங்களில் இருப்பதுபோல, எல்லாப் பணியிடங்களிலும் உண்டு. மூன்றாவது வேறுபாடு, அவற்றின் முதலாளிகள் யார் என்பது. அரசா, பொதுத்துறையா, தனியார் துறையா, கூட்டுறவா, பன்னாட்டு நிறுவனமா, தனிநபர் சொத்தா, பட்டிய

விடப்பட்ட நிறுவனமா என்பதைப் பொறுத்தும், நான்காவதாக அவை அமைந்துள்ள இடங்களைப் பொறுத்தும், பணியிடங்கள் வேறுபடுகின்றன. ஐந்தாவதாக நிறுவனத்தின் சித்தாந்தம் என்ன என்பதன் அடிப்படையிலும் ஒவ்வொன்றும் வேறுபடும். ஆறாவது அடிப்படை என்றால், அது நிறுவனம் தொடங்கி எவ்வளவு காலமாகிறது. ஏழாவது, நிறுவனத்தில் உள்ள ஊழியர்களின் நடவடிக்கைகள் எப்படி? அங்கே தொழிற்சங்கம் போன்ற அமைப்புகள் உண்டா? எட்டாவது வேறுபாடு, அந்த நிறுவனத்தின் வளர்ச்சி எப்படி? லாபமீட்டும் நிறுவனமா? வெற்றிகரமான அமைப்பா?

இத்தனை அடிப்படைகளில் வேறுபடும் பணியிடங்களின் செயல்பாட்டு நிர்வாகத் திட்டமும் வேறுபட்டவைகளாகத் தானே இருந்தாக வேண்டும். சில பணியிடங்களில் PMP என்று ஒன்று இருக்காது. அதைப் பற்றிய புரிந்துணர்வும் நிறுவனத்திடம் இருக்காது. சிலவற்றில் PMP இருக்கும். ஆனால் அது முறைப்படுத்தப்பட்டு நடைபெறாது. வேறு சில பணியிடங்களில் அது சிறப்பாக நடைபெறும்.

ஒரு PMPல் மூன்று பகுதிகள் இருக்க வேண்டும்.

1. *யார் என்ன வேலை செய்ய வேண்டும் என்கிற வேலை பகிர்வு.*

2. *குறிப்பிட்ட காலத்தில் (மாதத்தில், ஆண்டில்) எப்படி நடந்து கொள்ள வேண்டும், எதை எவ்வளவு செய்ய வேண்டும் என்கிற தெரிவித்தல்கள்.*

3. *எவர் எவ்வளவு, எப்படிச் செய்தார்கள் என்கிற அளவீடு செய்தல்.*

பெரும்பாலான பணியிடங்களில் இரண்டாவது பகுதி மட்டும் இருக்கும். சிறப்பான செயல்பாடுகளுக்கு இந்த மூன்றுமே அவசியம். வெற்றிகரமாக நடைபெறும் நிறுவனங்களில் இவை மூன்றுமே சீரிய நிலையில் இயங்கும்.

1. யார் என்ன வேலை செய்ய வேண்டும்?

ஒருவர் வேலைக்குச் சேர்ந்தவுடனேயே அவருக்குத் தெரிவிக்கப்பட வேண்டியது இது. Job describtion, வேலையை விவரிப்பது.

இது என்ன ஆசிரியர் வேலை என்றாலோ, வங்கி கிளையின் மேலாளர் என்றாலோ அல்லது காப்பீடு வளர்ச்சி அதிகாரி என்றாலோ, என்ன வேலை என்று செய்ய வேண்டியவர் களுக்குத் தெரியாதா என்று கேட்கலாம். சரியாகத் தெரியாது, முழுமையாகத் தெரியாது என்றுதான் சொல்ல வேண்டும்.

ஒரு வேலை குறித்த ஒவ்வொருவரது புரிதலும் ஒவ்வொன்றாக இருக்கும். பணியிடங்களில் இப்படிப்பட்ட புரிதல்களால்தான் இடைவெளிகள் வரும். அது செயல்பாட்டைப் பாதிக்கும்.

தன்னுடைய வேலை என்ன என்பதைப் பற்றி புதிதாக வேலைக்குச் சேர்ந்த பொறியாளர் ஒருவாறு நினைக்கிறார் என்று வைத்துக் கொள்வோம். அவர் நினைப்பினை ஒரு படமாக உருவம் கொடுத்தால், இப்படி இருப்பதாக வைத்துக் கொள்வோம்.

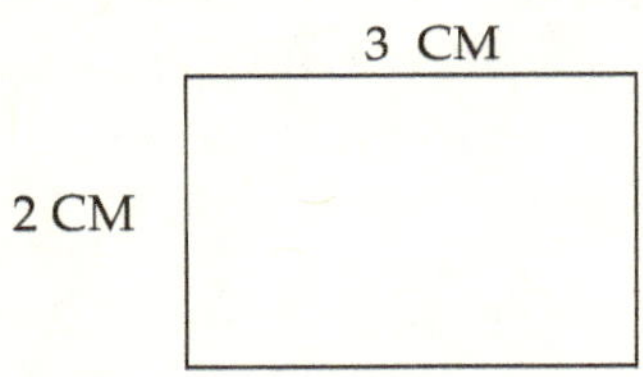

அவருடைய மேலதிகாரி, அதே பொறியாளரிடம் என்ன எதிர் பார்க்கிறார் என்று கேட்டால், அவர் சிலவற்றைச் சொல்லு கிறார். அவற்றையும் படமாகப் போட்டால் எப்படியிருக்கிறது?

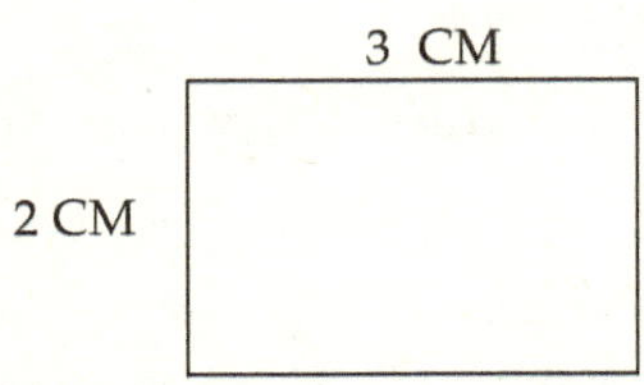

அட அதுவும் 3 செ.மீ. உயரம், 2 செ.மீ. அகலம்தான். பரவாயில்லையே, பொறியாளர் நினைப்பும் அவருடைய மேலதிகாரி நினைப்பும் ஒரேபோல இருக்கிறதே! அங்கே செயல்பாடு சிறப்பாகத்தான் இருக்கும் என்று நினைக்கலாம். ஆனால் நிலைமையில் வித்தியாசம் உண்டு. இப்போது இவருடைய எண்ணங்களையும் பொருத்திப் பார்க்கலாம்.

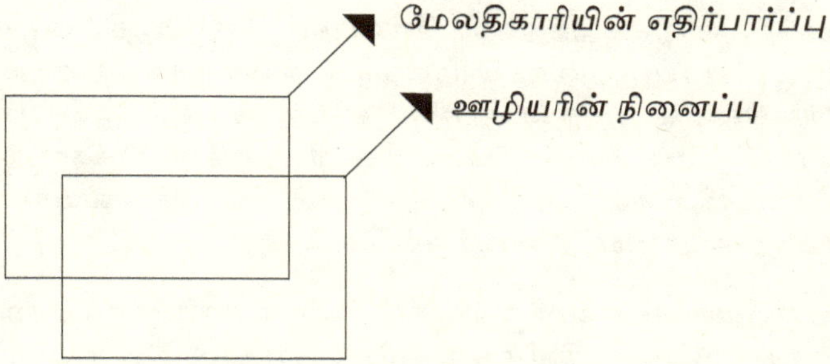

எட்டு அல்லது ஒன்பது மணி நேர வேலை. இவற்றைச் செய்யும் ஊழியர். தான் சரியாகச் செய்ய வேண்டியவற்றைச் செய்வதாக மனமகிழுகிறார் அவர். அதே நேரம், 'இவர் சரியில்லை. செய்ய வேண்டியவற்றை எல்லாம் செய்வதில்லை' என்று எண்ணும் அவருடைய மேற்பார்வையாளர். இது சாத்தியமா?

சாத்தியம்தான். அப்பா-மகன், கணவன்-மனைவி, ஆசிரியர்-மாணவன் போன்ற உறவுகளில் ஏற்படும் ஏமாற்றங்கள் போன்றதுதான் இது. இருதரப்புமே தாங்கள் செய்ய வேண்டியதைச் செய்வதாகவே சொல்வார்கள். ஆனால் எதிர்த்தரப்பு 'இல்லை' என வாதிடும்.

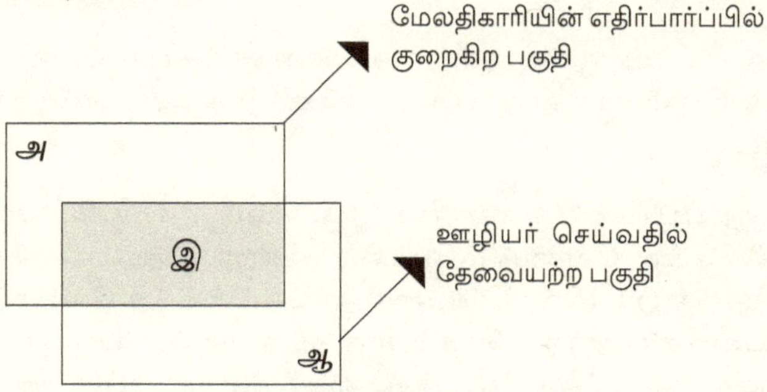

மேலதிகாரி எதிர்பார்ப்பது, பணியாளர் செய்வது ஆகிய இரண்டும் ஒன்றோடு ஒன்று முழுவதும் பொருந்திப் போகவில்லை என்பது படத்தைப் பார்த்தாலே தெரிகிறது. இதில் 'இ' என்ற பகுதிதான் எதிர்பார்ப்பு நிறைவேறும் பகுதி. இது எவ்வளவுக்கு எவ்வளவு பெரியதாக இருக்கிறதோ அவ்வளவுக்கு அவ்வளவு நல்லது.

'அ' பகுதி மேலதிகாரியின் ஏமாற்றம். அவர் எதிர்பார்ப்பவற்றில் ஊழியரால் நிறைவேற்றப்படாத பகுதி. இதன் அளவை

இயன்றவரை குறைத்துவிட வேண்டும். 'ஆ' பகுதி, ஊழியரின் காட்டில் காயும் நிலவு போன்றது. 'நிலா காய்கிறது, யாரும் ரசிக்கவில்லையே' நிலைதான். சிலவற்றை ஊழியர் செய்கிறார். ஆனால் அவற்றை மேலதிகாரி எதிர்பார்க்கவில்லை, வேண்டவில்லை. அதைச் செய்துவிட்டு, தேவையானதைச் செய்ததாக ஊழியர் நினைத்துக் கொள்கிறார்.

ஓர் ஊழியரிடம் என்ன எதிர்பார்க்கிறோம் என்பதைத் தெளிவாக எழுத்து மூலம் தெரிவிக்கிற வேலைதான் Job Describtion. பல நிறுவனங்களில் இது இல்லை என்பதே உண்மை. ஒரே நிறுவனத்தில் எத்தனையோ வகையான வேலைகள் உள்ளன. உதாரணத்துக்கு ஒரு வங்கித் துறையை எடுத்துக் கொண்டால், அங்கே ஒரு கிளை மேலாளர், ஓர் உதவி மேலாளர், சில கேஷியர்கள், சில அலுவலர்கள், ஒன்றிரண்டு பியூன்கள் இருப்பார்கள். மொத்தம் பத்து நபர்கள் இருக்கிறார்கள் என்றாலும் வேலைகள் ஐந்துவிதம்தான். அதில் வங்கி மேலாளர் வேலைகள் என்ன? பொறுப்புகள் என்ன? எல்லாமே என்று சொல்வதும் சுலபம். எல்லாவற்றையும் மற்றவர்கள் பார்த்துக் கொள்வார்கள். இவர் கண்காணித்தால் போதும் என்று சொல்வதும் சுலபம். ஆனால் இரண்டுமே தவறு.

ஜாப் டிஸ்கிரிப்ஷன் என்பது ஒருவர் எதைச் செய்ய வேண்டும் என்பதை தெளிவாக வரையறுக்க வேண்டும். அதுதான் அதன் நோக்கம்.

அந்தக் குறிப்பிட்ட வேலையில் இருப்பவர் எதற்காக, எதை, எப்படிச் செய்ய வேண்டும் என்கிற மூன்று தகவல்களையும் சந்தேகத்துக்கு இடமின்றி, வேலை விவரிப்பில் தர வேண்டும். அந்த வேலையை ஏற்றுக் கொள்பவர் கடமைகள், பொறுப்புகள் என்ன என்பதை புரிந்து கொள்ளும் விதத்தில் எழுதப்பட்டிருக்க வேண்டும்.

கிளை மேலாளர்கள் அனைவருக்கும் அது பொருந்தும் விதம் பொதுவானதாகவும் இருக்க வேண்டும். இன்றைக்கு ஒருவர் இருப்பார். பின்பு அவர் போய் வேறு ஒருவர் வருவார். வருகிற நபர்களுக்கு ஏற்றாற்போல இருப்பதல்ல 'வேலை விவரிப்பு.' அந்தக் கிளை மேன்மையாகச் செயலாற்ற, மேலாளர் செய்ய வேண்டியவை அதில் இருக்க வேண்டும். அதே சமயம் அது சுருக்கமானதாகவும் இருக்க வேண்டும்.

வேலை விவரிப்பின் முக்கிய பகுதிகள்

அ. வேலையின் பெயர்

இதனை Job title என்பார்கள். பத்திரிகை அலுவலகத்தை எடுத்துக் கொண்டால், அங்கே ஓர் எடிட்டர், சில சப் எடிட்டர்கள், சில ரிப்போர்ட்டர்கள், சில கரஸ்பாண்டன்ட்கள், தவிர கம்போஸர்கள், புரூஃப் ரீடர்கள் இருப்பார்கள். ரயில்வே நிலையத்தை எடுத்துக் கொண்டால், ஸ்டேஷன் மாஸ்டர், உதவி ஸ்டேஷன் மாஸ்டர், டிக்கெட் செக்கர், பாயிண்ட்ஸ்மென் இப்படி பலர்.

ஆ. மேலதிகாரி யார்?

எந்த வேலை செய்பவருக்கும், அவர் யாரிடம் பணியாற்ற வேண்டும் (Reporting to) என்பது தெரிய வேண்டும். அதில் குழப்பமிருக்கக் கூடாது. ஒருவரிடம் இருந்துதான் உத்திரவுகள் வரவேண்டும். யூனிட்டி ஆஃப் கண்ட்ரோல் என்பது நிர்வாகத்தில் அடிப்படைக் கோட்பாடு. சமயத்தில் இருவரிடம் இருக்கலாம். ஆனால் நிச்சயமாக அது குழப்பத்தில்தான் முடியும்.

அதே சமயம் இந்த வேலை விவரிப்பில், குறிப்பிட்ட இந்த வேலையைச் செய்பவர் ஏனையவர்களுடன் என்ன விதமான தொடர்புகள் உடையவர் என்பதையும் குறிப்பிட வேண்டும்.

உதாரணத்துக்கு ஓர் உற்பத்திக்கூட தொழிலாளி அவருடைய புரொடக்ஷன் சூப்பர்வைசர் சொல்படிதான் வேலை செய்ய வேண்டும். ஆனால் இடை இடையே தரத்துறை அலுவலர்கள் வரலாம், விபரங்கள் சொல்லலாம். அதனை எப்படி எதிர் கொள்வது என்பதையும் இதில் குறிப்பிட வேண்டும். தரத்துறை அலுவலர் உற்பத்தியை நிறுத்தச் சொன்னால் என்ன செய்வது போன்ற சந்தேகங்கள் பணியிடங்களில் வரக்கூடாது.

இ. யாரெல்லாம் குழுவினர்

இவரிடம் வேலை செய்பவர்கள், இவருடைய குழுவினர் ஊழியர்கள் எவர் (என்ன ஜாப் டைட்டில்ஸ் உள்ளவர்கள்) என்பதும் தெரிவிக்கப்பட வேண்டும். வங்கி மேலாளர் தான், ஆனால் அதே வங்கியில் பணிபுரியும் தணிக்கைத் துறையினர்,

கிளை மேலாளர் கட்டுப்பாட்டில் வரமாட்டார். யாரெல்லாம் இவர் ஆளுகையில் என்கிற விபரம் கொடுக்கப்பட வேண்டும்.

ஈ. பொறுப்புகள் என்ன?

எதற்காக இந்த வேலை என்கிற தகவலை ஒன்றிரண்டு வரிகளில் சொல்ல வேண்டும். இந்த வேலையின் நோக்கம், நிறுவனத் துக்கு இதன் பங்களிப்பு என்ன என்பதைத் தெரிவித்தல். இங்கே என்னென்ன வேலைகள் செய்ய வேண்டும் என்கிற குறிப்பிட்ட பட்டியல் போடக்கூடாது.

உ. முக்கிய வேலைகள்

இங்கேதான் முக்கிய வேலைகளைப் பட்டியலிட வேண்டும். ஒரு மனிதவளத்துறை மேலாளர் வேலை என்றால்,

- சரியானவர்களைத் தேவைப்படும் நேரத்தில் வேலைக்குத் தேர்வு செய்து, சேரச் செய்வது.
- ஊதியங்கள் வழங்குவது
- கடைப்பிடிக்க வேண்டிய ஊழியர் நலச் சட்டங்களை கடைப்பிடிப்பது
- ஊழியர்களின் பயிற்சித் தேவைகளைக் கண்டறிந்து, அவசியமான பயிற்சிகளுக்கு ஏற்பாடு செய்வது

இப்படி விவரிக்க வேண்டும்.

ஊ. அதிகாரங்கள்

இந்தப் பொறுப்பில் இருப்பவருக்கு, நிறுவனத்தில் உள்ள அதிகாரங்கள் என்ன? எந்த நிலையில் இருப்பவர்களுக்கு விடுப்பு வழங்கும் அதிகாரம், எவ்வளவு தொகை வரை செலவழிக்கலாம். எந்த கோப்புகளில், 'ஒப்புதல்' வழங்கலாம். எதற்குப் பரிந்துரைக்கலாம் என்பது போன்ற 'டெலிகேஷன் ஆஃப் பவர்ஸ்' விபரங்களைக் குறிப்பிட வேண்டும்.

இப்படிப்பட்ட தகவல்களை முன்கூட்டியே பெற்ற ஒருவர் கண்டிப்பாக அதற்கு ஏற்ப வேலை செய்யவே முற்படுவார். அவர் என்ன செய்ய வேண்டும், எவற்றைச் செய்ய வேண்டாம் என்கிற தெளிவு அவருக்குக் கிடைக்கும். இவை அவர் சிறப்பாகச் செயலாற்ற உதவும். குழப்பமான நிலையில்

(Ambiguity), தன்னிடம் என்ன எதிர்பார்க்கிறார்கள் என்பது சரியாக தெரியாவிட்டால், பாவம் ஒருவரால் எப்படி சரிவர வேலை செய்ய முடியும். ஆக, செயல்பாட்டு நிர்வாகத் திட்டத்தில் இந்த வேலை விவரிப்பு ஒரு முக்கிய அங்கம்.

Job describtion நகலினை, வேலையில் சேருகின்ற முதல் நாளே, ஊழியர்களிடம் கொடுக்கிற நிறுவனங்கள் மிகமிகச் சிலவே. காரணம், அவர்களிடம் அப்படி ஏதும் இருக்காது. அதற்குக் காரணம், அவர்கள் அவற்றைப் பற்றியெல்லாம் யோசித்திருக் கவே மாட்டார்கள். ஆனால் இப்படித் தயாரித்திருப்பது அதனைத் தொடர்ந்து மேம்படுத்துவது ஊழியர்களின் புரிதலை அதிகப்படுத்தி அதன் மூலம் ஊக்கப்படுத்தி செயல்பாட்டினை அதிகரிக்க உதவும்.

இப்படி ஒரு Job describtion இல்லாதிருக்கும் பட்சம் என்ன ஆகும்? ஒன்றும் ஆகிவிடாதுதான். என்ன, யார் என்ன செய்ய வேண்டும் என்பவை மேலதிகாரியின் மனதிலிருக்கும். அதன் காரணமாக அது தெளிவில்லாமலும், நிலையாக இல்லாமலும் போகலாம். அதனால்? பாதிப்பு வேலை செய்பவருக்கு மட்டுமல்ல, வேலைக்கும், அதனால் நிறுவனத்துக்கும்தான்.

தவிர ஒரு துறைக்கும் மற்றொரு துறைக்கும் இடையேகூட சச்சரவுகள் வரலாம். 'இது என் வேலையல்ல, இது உங்கள் துறை வேலை' என்பது போல ஒருவருக்கொருவர் அடித்துக் கொள்ளும் ஆபத்திருக்கிறது.

2. குறிப்பிட்ட காலகட்டத்தில் எதை எவ்வளவு செய்ய வேண்டும்?

PMPல் இது இரண்டாம் பகுதி. முதல் பகுதி இல்லாமல் போனாலும், குறைந்தபட்சம் இதுவாவது இருத்தல் வேண்டும். பல நிறுவனங்களில் இந்த 'எவ்வளவு செய்ய வேண்டும்?' என்கிற திட்டம் உண்டு. இதற்குப் பெயர்கள் பல உண்டு.

- அடைய வேண்டியவை - Performance Objectives
- இலக்குகள் - Targets
- முக்கிய செயல்பாடுகள் - Key Performance Areas
- முக்கிய செயல்பாட்டு அடையாளங்கள் - Key Performance Indicators

இதனை முழுமையாகப் பயன்படுத்தி, மக்களின் செயல்திறனை ஊக்குவிப்பது எப்படி என்று மட்டும் பார்க்கலாம்.

- நிறுவனம் முழுமைக்கும் என்ன இலக்கு
- ஒவ்வொரு துறைக்கும் என்ன இலக்கு
- ஒவ்வொரு ஊழியருக்கும் என்ன இலக்கு

என்று மூன்று நிலைகளுமே முடிவு செய்யப்பட வேண்டும். இந்த முடிவு என்பது,

- வேலைகள் செய்யப்பட வேண்டிய காலகட்டத்துக்கு முன்பாகவே முடிவு செய்யப்பட வேண்டும்.
- உரியவர்களுடன் (செய்ய வேண்டியவர்களுடனும்) சேர்ந்து கலந்தாலோசித்தே செய்ய வேண்டும்.
- எழுத்து வடிவத்தில் உறுதி செய்யப்பட வேண்டும்.

இவற்றின் அடிப்படை அம்சங்கள் என்று சொல்வதானால், மொத்தம் ஐந்து உண்டு. SMART என்று அதனை எளிதாக நினைவு வைத்துக் கொள்ளலாம்.

S	Specific - குறிப்பானதாக இருக்க வேண்டும்.
M	Measurable - அளக்கக் கூடியதாக இருக்க வேண்டும்.
A	Attainable - சாத்தியமானதாக இருக்க வேண்டும்.
R	Related - செய்பவரது வேலைக்குத் தொடர்புடைய தாக இருக்க வேண்டும்.
T	Time Bound - குறிப்பிட்ட கால அளவுக்குள் செய்ய வேண்டியதாக இருக்க வேண்டும்.

பல திறமையான நிறுவனங்களில் ஒரு குறிப்பிட்ட ஆண்டு தொடங்குவதற்கு ஒரு சில மாதங்கள் முன்பாகவே, 'வரும் ஆண்டில் நிறுவனம் அடைய வேண்டியவை என்ன' என்று முடிவு செய்து விடுவார்கள். இதனால் முதல்நிலை தெளிவு பெற்று விடுவார்கள்.

- நம் பொருள் அல்லது சேவைக்கு எவ்வளவு வாய்ப்புகள் உள்ளன?

- நம்மிடம் எவ்வளவு வளங்கள் உள்ளன?
- கூடுதலாகத் தேவைப்படுபவை என்ன?
- அவற்றில் எவ்வளவு சாத்தியம்?
- எல்லாவற்றையும் கவனத்தில் எடுத்துக் கொண்ட பிறகு முடிவு செய்யும் இலக்கு என்ன?

நிறுவனத்தின் இலக்கு முடிவானதுடன், அதனை நிறுவனத்தில் உள்ள எவர் எவர் எவ்வளவு செய்ய வேண்டும் என்கிற முடிவெடுக்க வேண்டும். இதனைச் செய்வதற்கு தொடர்புடைய இரண்டாம் நிலை அதிகாரிகளையெல்லாம் அழைத்துப் பேசுவார்கள். அவர்களுக்கு நிறுவனத்தின் இலக்கினை பிரித்துக் கொடுப்பார்கள். அவை (டிப்பார்ட்மெண்டல் அப்ஜெக்டிவ்ஸ்) முடிவு செய்யப்பட்டதும், இரண்டாம் நிலை வேலையும் முடிந்தது.

அடுத்தது, ஒவ்வொரு துறைத் தலைவரும், தாங்கள் செய்ய வேண்டியதை தங்கள் ஊழியர்களுக்குப் பிரித்துக் கொடுப்பார்கள். அதுதான், அந்த ஊழியர்கள் ஒவ்வொருவரும் அந்த (வரும்) ஆண்டில் செய்ய வேண்டியது.

ஆண்டின் தொடக்கத்திலேயே இவையெல்லாம் முடிவு செய்யப்படுவதால், பின்னால் மாற்ற முடியாது என்பதல்ல. தேவையானால் (மட்டும்) மாற்றலாம்.

ஊழியர்கள் ஒவ்வொருவருக்கும் ஒரு தாள் கொடுப்பார்கள். அதிலே அவர்கள் செய்ய வேண்டியன பற்றி குறிப்பிடப்பட்டிருக்கும். இவை பெரும்பாலும் அதிகாரிகள் நிலை வரை செய்யப்படும். தொழிலாளர்களுக்கான இலக்குகளை எழுத்து வடிவில் கொடுப்பதில்லை.

மாற்றங்களையும் எழுத்து மூலமே செய்தல் நலம். மாற்றங்கள் இருந்தாலும் இல்லாவிட்டாலும் அரையாண்டு முடிவில், அவற்றை மறுபரிசீலனை செய்வதுண்டு. அதன் பெயர் 'Mid Year Review'.

முன்பு பார்த்த MBO, KRA, KPI எல்லாம் இந்த வகையைச் சேர்ந்தவைகளே. இப்படி செய்வது ஊழியர்களிடம் நிறுவனம் என்ன எதிர்பார்க்கிறது என்பதை தெரிவிக்கும். அதனால் எவரும் என்ன செய்ய வேண்டும் என்று சொல்வதற்காகக் காத்திராமல், வேலை அதன் போக்கில் நடந்து கொண்டேயிருக்கும்.

3. எவர் எவ்வளவு, என்ன விதத்தில் செய்திருக்கிறார்கள் என்று அளப்பது

இதுதான் கடைசி வாய்ப்பு. இதுவும் இல்லாத நிறுவனங்கள் பரிதாபத்துக்குரியவை. அவற்றின் செயல்பாடுகளும் வெற்றியும் தற்செயலாக மட்டுமே அதிகரிக்க முடியும். குறைந்தபட்சம், ஊழியர்கள் செய்தது என்ன எவ்வளவு என்பதையேனும் நிறுவனம் ஆண்டுக்கு ஒருமுறை(யேனும்) அளவிட வேண்டும். அதன் பெயர் 'அப்ரைசல்'.

ஆண்டிற்கு ஒருமுறை ஊதிய உயர்வு கொடுக்க வேண்டியிருப் பதால், இந்த அளவிடுதல் பல நிறுவனங்களில் 'ஒரு வழியாக' வேனும் நடந்து விடுகிறது.

அளவிடுதல் (Appraisal)

அப்ரைசல் எனும் இந்த வார்த்தையைக் கேட்டாலே சில ஊழி யர்கள் வயிற்றில் புளியைக் கரைக்கும். காரணம் சில மேலதி காரிகள், தங்களிடம் சரியாக நடந்து கொள்ளாத (கவனிக்கவும், 'வேலையை சரியாக செய்யாத அல்ல') ஊழியர்களை ஒரு வழி செய்ய இந்த அப்ரைசலை பயன்படுத்துவார்கள்.

ஊழியர்களின் பார்வையில் தங்கள் தலையெழுத்தை தீர்மானிப்ப தாகவும், அதிகாரிகளின் பார்வையில், வலுவான ஆயுதமாகவும் பார்க்கப்படுகிற இந்த அப்ரைசலுக்கு பல்வேறு நிறுவனங் களிலும் வெவ்வேறு பெயர்கள் உண்டு.

Confidential Rating (CR), Performance Appraisal (PA), Annual Appraisal, Annual Rating. இப்படி பல்வேறு பெயர்கள் இருந் தாலும் எல்லா நிறுவனங்களுக்கும் பொதுவான சில அம்சங் களும் இருக்கத்தான் செய்கின்றன. அப்ரைசல்கள் என்பவை,

- குறைந்தபட்சம் ஆண்டுக்கு ஒருமுறை செய்யப்படுவது
- மேலதிகாரிகளால் செய்யப்படுவது
- இதன் அடிப்படையில் ஊழியர்களின் நலங்கள் மாறுவது (சாதகமாகவோ, பாதகமாகவோ)

Appraisal-க்கு சரியான பொருள், மதிப்பிடுவது. ஊழியர் என்ன செய்தார் எவ்வளவு எப்படி செய்தார் என்று சீர்தூக்கிப் பார்க்கும் வேலை.

இது ஒரு மிக முக்கியமான வேலை. ஒரு நிறுவனத்தின் வேலை சரியாக நடைபெற, மேம்பாடு அடைய, இந்த மதிப்பிடும் முறை சரியாக இருந்தாக வேண்டும். காரணம் இதன் அடிப்படையில் தான் வெகுமதிகள் ஊழியர்களுக்குத் தரப்பட வேண்டும்.

சில வேலைகள் சுலபமாக அளக்கக்கூடியதாக இருக்கும். ஒரு நாளைக்கு செய்ய வேண்டிய பொருள்களின் உற்பத்தி எண்ணிக்கை என்பதுபோல. இப்படியெல்லாம் இருந்துவிட்டால் பிரச்னை இல்லை. ஆனால் நிறுவனங்களில் பலரும் செய்யும் வேலைகள் இப்படியிருக்க வாய்ப்பில்லை. உதாரணத்துக்கு ஒரு பொதுஜன தொடர்பு அதிகாரி அல்லது ஒரு பேருந்து நடத்துனர். எவ்வளவு நபர்களை சந்தித்தார் அல்லது பேருந்துப் பயணம் செய்ய வைத்தார் என்று அளக்கலாம். ஆனால் அவை அவர்களுடைய செயல்/பாட்டை அளப்பதாகாது. காரணம், அவர்கள் வெறும் சந்திப்புக்கும் மேலாக பலவற்றையும் செய்ய வேண்டும்.

இப்படி எதை அளப்பது என்பதில் பிரச்னையும், அளப்பவர் செய்வதுதான் முடிவு வேறு வழியில்லை எனும்விதத்தில் அமைந்திருக்கும் வேலைகளும் பல உண்டு.

அப்ரைசல் முறைகள்

இப்படித்தான் ஒரு ஊழியரின் செயல்பாட்டை மதிப்பிட வேண்டும் என்கிற சட்டங்கள் ஏதுமில்லை. அதனால் பல்வேறு முறைகளில் செய்யப்பட்டுக் கொண்டிருக்கிற அவற்றில் சில அப்ரைசல் வழிமுறைகளைப் பற்றிப் பார்க்கலாம்.

அ. செய்த அளவு என்ன?

தொழிற்கூடங்களில் உற்பத்திப் பிரிவில் இருப்பவர்கள், விற்பனையாளர்கள் போன்றவர்களுக்கு இந்த முறை ஏற்றது. எவ்வளவு செய்தார்கள் என்று எண்ணிக்கை பார்ப்பது. எவ்வளவு உற்பத்தி, எவ்வளவு விற்பனை என்று மதிப்பிடுவது.

ஆ. ரேட்டிங் ஸ்கேல்ஸ்

அளக்கும் மானிகள் என்று இதனை தமிழ்ப் படுத்தலாம். நிறுவனத்தில் வேலை செய்பவர்களிடம் நிறுவனம் எதிர்பார்ப்பவை என்ன என்று முடிவு செய்துவிட்டு, அந்த சிலவற்றில் ஊழியர்கள் எப்படி என்பதை மேலதிகாரிகளைக் கொண்டு முடிவு செய்வது தான் இந்த முறை.

ஊழியர் பெயர், பணி மற்றும் துறை **மதிப்பிடும் மேலதிகாரி**

	அற்புதம்	நன்று	பரவா யில்லை	சுமார்	மோசம்
மதிப்பெண்	5	4	3	2	1
வேலைக்கு வருவதில் ஒழுங்கு மற்றும் நேரம் தவறாமை					
செய்யும் வேலையின் அளவு					
செய்யும் வேலையின் தரம்					
மற்றவர்களுடன் ஒருங்கிணைந்து பணியாற்றல், ஒத்துழைப்பு கொடுத்தல்					
மனோபாவம்					
நம்பகத்தன்மை					
வேலையிடத்தை ஒழுங்காக சுத்தமாக வைத்துக் கொள்வது					

இப்படிப்பட்ட தாள்களை மேலதிகாரிகளிடம் கொடுத்து ஒவ்வொரு ஊழியருக்கும் மதிப்பெண் போடச் சொல்வது.

இ. செக்லிஸ்ட் முறை (தேவையானவற்றின் பட்டியல் முறை)

மேலே பார்த்த ஏழு குணங்கள் மற்றும் மேலும் தேவைப்படும் சிலவற்றையும் சேர்த்து ஒரு பட்டியல் தயாரிப்பார்கள். அது எல்லா ஊழியர்களுக்கும் பொதுவானதாக இருக்க வேண்டும் என்கிற கட்டாயமில்லை. துறைக்கு ஏற்றாற்போல

அனைத்துமோ அல்லது சில மட்டுமோ மாறலாம். பின்பு அவற்றுக்கு அருகே பத்துக்கு எவ்வளவு மதிப்பெண்கள் என்று மேலதிகாரிகளைக் குறிப்பிடச் சொல்லலாம். உதாரணத்துக்கு,

வேலைக்கு வருவதில் ஒழுங்கு (பத்துக்கு) - ஏழு

நம்பகத்தன்மை - எட்டு

வேலையிடத்தை சுத்தமாக வைத்துக் கொள்வது - எட்டு என்பதுபோல இருக்கும்.

ஈ. Forced Distribution Method - **கட்டாய தகுதி பிரித்தல் முறை**

சில மேலதிகாரிகள் தங்களுக்குக் கீழ் பணிபுரிபவர்கள் அனைவருக்குமே ஒரேபோல மதிப்பெண்கள் கொடுத்து வருவார்கள் (தப்பித்துக் கொள்வார்கள்!) இதனால் வேலை செய்பவர்களுக்கு எரிச்சலும், செய்யாதவர்களுக்கு மகிழ்ச்சியும் வரும். இது நிறுவனத்துக்கு நல்லதல்லவே. அதனால், இந்த தப்பித்தலை தவிர்க்க, ஒரு முறையை கண்டுபிடித்தார்கள்.

அதன்படி கட்டாயமாக சிலருக்குக் கூடுதல் மதிப்பெண்களும் சிலருக்கு மத்திம மதிப்பெண்களும், வேறு சிலருக்கு கட்டாயமாக குறைவான மதிப்பெண்களும் கொடுத்தாக வேண்டும். இதுதான் கட்டாய தகுதி பிரித்தல்.

மொத்தம் மூன்று நபர்கள் வேலை செய்தால் அவர்களுக்கு (ஒரேபோல் பத்துக்கு ஆறு அல்லது ஏழு என்பது போல) மதிப்பெண் போடாமல் அவர்களுக்கு ரேங்க் கொடுக்க வேண்டும். முதலாவது, இரண்டாவது, மூன்றாவது என்பது போல. பத்து பேர் இருந்தால் அவர்களில் மூன்று நபர்களுக்கு மேல் அதிக மதிப்பெண்கள் கொடுக்கக் கூடாது (10, 9, 8 அல்லது 7) கண்டிப்பாக மூன்று நபர்களுக்கு குறைந்த மதிப்பெண்கள் (3, 2, 1) கொடுக்க வேண்டும்.

இப்படிச் செய்யக் கட்டாயப்படுத்த, நன்கு பணிபுரிபவர்களும் சரியாகச் செய்யாதவர்களும் கண்டுபிடிக்கப்படுவார்கள். தவிர தாங்கள் கீழ் மதிப்பெண்களில் மாட்டிக் கொண்டு விடக்கூடாது என்று வேலை செய்பவர்கள் சிறப்பாக வேலை செய்ய முயற்சி செய்து கொண்டேயிருப்பார்கள்.

உ. Critical Incident Method - **முக்கிய நிகழ்வுகள் முறை**

இந்த முறைப்படி, ஆண்டு முழுவதும் மேலதிகாரி தன்னுடைய ஒவ்வொரு ஊழியரையும் சரியாகக் கவனிப்பதுடன், ஊழியர்கள் செய்யும் சிறந்த மற்றும் மோசமானவற்றை குறிப்பெடுக்க வேண்டும். முக்கியமான வேலைகளை / நேரங்களில் எப்படி நடந்து கொண்டார்கள் என்பதைக் குறிப்பெடுத்து வைத்துக்கொண்டு அவற்றின் அடிப்படையில் ஆண்டு முடிவில் மதிப்பெண் வழங்க வேண்டும்.

இந்த முறையில் ஒரு குறை என்னவென்றால், சிலருடைய வேலையில் அப்படிப்பட்ட அதீதங்கள் குறைவாகவே இருக்க லாம். அல்லது குறைவாக இருப்பதாக எழுதத் தகுந்த அளவு இல்லை என்று மேலாளருக்குத் தோன்றலாம். தவிர மேலாள ருக்கு மேலாளரும், இந்த அளத்தல் திறன் வேறுபடலாம்.

ஊ. Behaviorally Anchored Rating Scales (BARS)

என்ன செய்தார் என்று அளப்பது ஒருமுறை. அது நடைபெற்றது பற்றி மேலதிகாரி எழுதுவது. இதுதவிர, ஊழியர் எப்படிப் பட்டவர் என்பதை அவருடன் பணியாற்றிய மேலதிகாரி தெரி விக்கும் முறை. இவர் எப்படிப்பட்டவர், இவரால் எது முடியும், எது முடியாது என்பனவற்றை மேலதிகாரி தெரிவிக்க வேண்டும்.

ஒவ்வொரு ஆண்டும் இப்படி, எழுதி அதனை ஆவணப்படுத்தி வைத்துக் கொள்ள வேண்டும். இதுவும் நிறுவனத்துக்குத் தேவை. அதற்கான ஒரு முறைதான் BARS.

தேவைப்படும் குணாதிசயத்தில்/திறனில், ஊழியர் எப்படிப் பட்டவர் என்பதை *5, 4, 3, 2*, அல்லது *1* என்கிற மதிப்பெண்கள் கொடுத்து தெரிவிக்க வேண்டும். சமயங்களில் சில மேலதிகாரி களுக்கே, எவருக்கு எந்த திறனுக்கு எவ்வளவு மதிப்பெண் கொடுப்பது என்பது சரியாகத் தெரியாது. அவர்களுக்கு உதவு வதற்காக, ஒவ்வொரு திறனைப் பற்றியும், அதன் வெவ்வேறு நிலைகளை விவரித்து எழுதியே தந்து விடுவார்கள்.

உதாரணத்துக்கு ஒரு பிரச்னை வந்தால் அதனைச் சமாளிக்கும் / தீர்க்கும் திறன் எப்படி? மேம்போக்காகச் சொல்வதானால், நன்று என்கிற 4-ம் எண்ணைக் கொடுத்து விடலாம். ஆனால்

அந்த 4 மதிப்பெண்ணுக்கு அவர் நிச்சயம் பொருத்தமானவர் தானா? ஊழியர்களில் யாருக்கு 4 கொடுப்பது யாருக்கு 3 கொடுப்பது? இப்படியெல்லாம் மேலதிகாரிகளுக்குக் குழப்பங்கள் வரலாம். அவற்றைத் தவிர்த்து முடிவு செய்வதில் உதவுவதற்காக ஒவ்வொரு திறனிலும் உள்ள பல்வேறு நிலைகளை நிறுவனமே விவரிக்கும். வெறும் 5, 4, 3, 2, 1 என்று எண்களையும் அதற்கு மேலே அற்புதம், நன்று, பரவாயில்லை, சுமார், மோசம் என்கிற குறுகிய பொதுவான விவரிப்புகளை மட்டுமே கொடுக்காமல், அதற்கு உதாரணங்களையும் கொடுக்கும். உதாரணத்துக்கு,

ஆற்றில் வெள்ளம், அக்கரையில் உள்ளவர்களைக் காப்பாற்ற வேண்டும் என்றால், மனிதர், தண்ணீர் மீதே நடக்கக் கூடியவர் (என்றால் 5) - தண்ணீரில் நீந்திப் போகக் கூடியவர் (என்றால் 4) - படகு போன்றவற்றில் ஏறிப் போகக் கூடியவர் (என்றால் 3) - தண்ணீரில் இறங்கித் தத்தளிப்பார் (என்றால் 2) - வெறுமனே கண்ணீர் விடுவார் (என்றால் 1).

எ. Essay **(கட்டுரை) முறை**

மேலதிகாரி தன்னுடய ஊழியர்கள் ஒவ்வொருவர் பற்றியும் ஒரு பக்கத்துக்கு மிகாமல், முக்கியமான தகவல்கள் குறித்து கட்டுரை எழுத வேண்டும். என்ன செய்தார், என்ன செய்யவில்லை, எதில் கெட்டிக்காரர், எதை மேலும் பயில வேண்டும், என்ன வேலைகள் கொடுக்கலாம் என்பது போன்ற விபரங்கள்.

ஒவ்வொருவரைப் பற்றியும் சரியாக எழுதத் தெரிந்திருக்க வேண்டும். தவிர எழுதியதை எல்லாம் படித்துப் பார்த்து வேறு ஒருவர் அந்த ஊழியருக்கு வெகுமதிகள் தரவேண்டும். அந்த அளவு நேர்த்தியாக எழுத வேண்டும். தற்போதைய அவசரச் சூழலில் இவையெல்லாம் ஒத்துவருமா என்பது சந்தேகமே. ஒரு அதிகாரியின் கீழ் மிகச் சிலரே இருக்கும்பட்சம், அவர்களும் உயர் பதவிகளில் இருக்கும்பட்சம் செய்யலாம். குறிப்பான பகுதிகளை முன் கூட்டியே முடிவு செய்து கொள்வது நல்லது.

ஏ. Confidential Rating (ரகசிய மதிப்பீடுகள்)

பெரும்பாலும் அரசாங்க நிறுவனங்களில் சில பொதுத் துறைகளில் கடைப்பிடிக்கப்பட்ட முறை. மேலதிகாரி என்ன எழுதி அனுப்புகிறார் என்று ஊழியருக்கு தெரியக்கூடாது என்று நம்பும்

முறை. தெரிய வந்தால், அதன் பின் சரியாக வேலை செய்ய மாட்டார் என்று நம்புகிற முற்கால முறை. (தெரிய வந்தால் தானே மேம்பாடு செய்ய முடியும்!)

ஐ. Ranking

துறையில் இருப்பவர்கள் அனைவருக்கும் ஒன்று, இரண்டு, மூன்று என்று மேலதிகாரிகள் ரேங்க் கொடுக்கும் முறை.

ஒ. MBO மற்றும் KRA, KPI முறைகளை முன்பே விரிவாகப் பார்த்து விட்டோம்.

ஓ. Assessment Centers

அந்தந்த மேலதிகாரிகளையே மதிப்பீடு செய்யச் சொல்லுவதில் உள்ள ஒரு சிரமம், சில அதிகாரிகளுக்கு சரியாக மதிப்பீடு செய்யத் தெரியாமல் இருக்கலாம் அல்லது அவர்கள் மனோ பாவம் காரணமாக சரியாகச் செய்யாமல் விட்டுவிடலாம், அல்லது பாரபட்சங்கள் காட்டிவிடலாம்.

இவற்றையெல்லாம் தவிர்ப்பதற்கு ஏற்படுத்தப்பட்ட முறை தான் Assessment Centers, தமிழில் கணிப்பு நிலையங்கள்.

மிகப்பெரிய நிறுவனங்களில் கணிப்பதற்கு என்றே தனி நிலை யங்கள் அமைக்க முடியும். அங்கே அப்ரைசலில் கற்றுத் தேர்ந்த, அனுபவமுள்ளவர்கள் பணியில் அமர்த்தியிருப்பார்கள். அவர் கள், அங்கே அனுப்பப்படும் ஊழியர்களின் வேலைத் தேவை களுக்கு ஏற்றவாறு அவர்களுக்கு சில தேர்வுகள் நடத்துவார்கள். எழுத்துத் தேர்வு, பேச்சுத் திறன், பிரச்னைகளை தீர்க்கும் திறன், குழுத் திறன் என்று பலவற்றையும் ஆராய்வார்கள். சில மருத்துவமனைகளில் ஒரே நாளில் நடத்தப்படும் 'மாஸ்டர் ஹெல்த் செக்-அப்' போன்றதுதான் இது.

ஆண்டு செயல்பாடுகளை கணிப்பதற்கு இதனைப் பயன்படுத்த முடியாது. ஆனால், பதவியுயர்வுகள் கொடுப்பதற்கு முன் தகுதி யானவர்களைத் தேர்வு செய்ய இந்த முறை பயன்படும். குறிப் பாக மேல்நிலை பதவிகளுக்கு, நிறுவனத்தில் உள்ள பலரில் இருந்து ஒரு சிலரை மட்டும் தேர்வு செய்ய வேண்டிய சூழ்நிலைகளில் பயன்படுத்தப்படும் வழிமுறை இது.

ஔ. பெர்ஃபார்மன்ஸ் நேர்முகங்கள்

ஊழியர்கள் ஒவ்வொருவரையாக வரவழைத்து, தனியிடத்தில் அமர்த்தி, அவர்கள் என்ன செய்தார்கள் என்பதை அவர்கள் வாயிலாகவே கேட்டுத் தெரிந்து கொள்வது. ஊழியர்கள் எண்ணிக்கை குறைவாக இருந்தாலும், ஊழியர் சொல்லித்தான் தெரிய வேண்டும் என்கிற நிலையிருந்தாலும், இந்த முறை பயன்படும்.

ஃ. Forced Choice (இரண்டில் ஒன்று)

பதவியுயர்வுகளுக்கு அல்லது ஒரே ஒரு இடம்தான் உள்ளது என்பது போன்றவற்றுக்கு இருப்பவர்களில் ஒருவரை தேர்வு செய்வது என்றால் எப்படி செய்வது? பலரும் நிறுவனம் நடத்தும் தேர்வுகளில் ஒரே மதிப்பெண்கள் பெறலாம் அல்லது பிற அப்ரைசல்களில் ஒரேவிதமான ரேட்டிங்கை பெறலாம். சரியானவரைத் தேர்வு செய்வது எப்படி?

மொத்தம் பத்து நபர்கள் இருக்கிறார்கள் என்று வைத்துக் கொள்ளுவோம். அவர்களில் ஒருவரை பதவியுயர்த்த வேண்டும். முடிவு செய்யும் அதிகாரம் நம் கையில். அதனை சரியாக செய்ய விழைகிறோம். எப்படிச் செய்யலாம்?

பத்து நபர்களின் பெயரையும் தனித்தனி சீட்டுகளில் எழுதிக் கொள்ள வேண்டும். முதலில் ஏதோ இரண்டு சீட்டுகளை எடுக்க வேண்டும். அதில் உள்ள இரண்டு நபர்களைப் பற்றியும் நன்கு பரிசீலிக்க வேண்டும். இவர்கள் இருவரில் எவர் கூடுதல் சிறப்பானவர் என்று பார்க்க வேண்டும். இது சமயம் மற்றவர்கள் பற்றி யோசிக்க வேண்டாம். இந்த இருவரில் எவர் சிறந்தவர்?

ஒருவரை மட்டும் தேர்வு செய்துவிட்டு, மற்றவரை தேவை யில்லை என்று கழித்தே விடவேண்டும். இப்போது கையில் தேர்வான ஒரு சீட்டு. கீழே உள்ள மற்ற எட்டில் இருந்து, ஒன்றை மட்டும் எடுக்க வேண்டும். இப்போது 'இந்த இரண்டில் இரு வரில் எவர் கூடுதல் சிறப்பானவர் / தகுதியானவர்?' என்று ஆராய வேண்டும்.

இரண்டில் ஒன்று தேர்வு. மற்றொன்று இல்லை. அதைத் தள்ளி வைத்துவிட்டு, மீதமுள்ள ஏழில் இருந்து ஒன்று மட்டும். இப்படியே கடைசி சீட்டு வரை செய்துவிட்டு ஒன்றே ஒன்றை

முடிவு செய்யலாம். ஒரே ஒருவரை தேர்வு செய்யலாம். விளை யாட்டுகளில் சொல்வார்களே, நாக்அவுட் அதுபோன்றதுதான் இதுவும். இதுதான் போர்ஸ்டு சாய்ஸ்.

அப்ரைசல் செய்யும்போது கவனிக்க வேண்டியவை

★ அப்ரைசல் காலம் என்ன என்று முன்கூட்டியே தெரிவிக்க வேண்டும்.

★ எவை விரும்பப்படும், வரவேற்கப்படும் செயல்பாடுகள் என்று ஊழியர்களுக்கு முன்கூட்டி தெரிந்திருக்க வேண்டும்.

★ குறிப்பிட்ட காலத்தில் அப்ரைசல் செய்ய வேண்டும். காலம் தாழ்த்தக் கூடாது.

★ ஊழியரை அழைத்து, தனியாகத்தான் வைத்துதான் பேச வேண்டும். மற்றவர் பார்க்கும்படி செய்யக் கூடாது.

★ போதிய அளவு முன் தயாரிப்புடனே மேலதிகாரி தன் ஊழியரைச் சந்திக்க வேண்டும்.

★ புள்ளி விபரங்கள், நேரடி அனுபவங்கள் வைத்தே பேச வேண்டும். கேட்டவை, அனுமானிப்பவற்றின் அடிப்படை யில் அல்ல.

★ மதிப்பிடலுக்குப் போதிய நேரம் செலவிடவேண்டும்.

★ தொடக்கத்தில், அப்ரைசல் முறை பற்றி ஊழியருக்குப் பொறுமையாக விளக்க வேண்டும்.

★ ஊழியர் செய்த சரியானவை பற்றி முதலில் சொல்ல வேண் டும். ஊழியர்களின் பலங்களையும் அப்ரைசலில் சொல்ல வேண்டும்.

★ பின்னர் ஊழியர் தவற விட்டன பற்றி சொல்ல வேண்டும்.

★ அதற்கு அவர் பதில், சொன்னால் அல்லது விளக்கம் திறந்த மனதுடன் கேட்டுக் கொள்ள வேண்டும். அவர்களைப் பேச அனுமதிக்க வேண்டும்.

★ இருவரில் எவரும் மாற்றுக் கருத்துகளை சொல்லலாம்.

★ மேலதிகாரி அவ்வப்போது குறிப்புகள் எடுத்துக் கொள்ள வேண்டும்.

★ மதிப்பிடுதலில் கிடைக்கக் கூடிய ஊதிய உயர்வையோ பதவியுயர்வையோ அப்போது சொல்லக் கூடாது. (பின்னர் கொடுக்க முடியாமல் போகலாம். எல்லாம் நம் கையில் மட்டுமே இல்லை. நாம் சொல்ல அது நடக்காவிட்டால் ஏமாற்றியவர் ஆகிவிடுவோம்).

★ இறுதியில் நன்றி சொல்லி அனுப்பலாம்.

★ அப்ரைசல் பேசியவற்றை வெளியில் சொல்லக் கூடாது (கான்பிடென்ஷியல்) என்று ஊழியரிடம் வலியுறுத்தி அனுப்பவேண்டும்.

★ குறிப்பிட்ட காலத்துக்குள், தாங்கள் செய்ய வேண்டிய அனைத்து ஊழியர்களுக்கும் மதிப்புரை எழுதி முடித்துவிட வேண்டும். குறிப்புகள் எழுதினால், நிறை குறை இரண்டையும் எழுத வேண்டும். பாரபட்சங்கள் தவிர்க்க வேண்டும்.

அப்ரைசலில் சில பொதுவான குறைபாடுகள்

எப்படி அப்ரைசல் செய்வது என்கிற பயிற்சி பெரும்பாலான நிறுவனங்களில் எல்லா அதிகாரிகளுக்கும் மேற்பார்வையாளர்களுக்கும் கொடுக்கப்படுவதில்லை. அதனால் ஏற்படுகிற பொதுவான குறைபாடுகள் சிலவற்றைப் பார்க்கலாம்.

HALO EFFECT

ஆறு அல்லது ஏழு குணாதிசயங்களில் ஒருவருக்கு மதிப்பீடு கொடுக்க வேண்டும் என்றாலும், சில அதிகாரிகள் அவை ஒவ்வொன்றைப் பற்றியும் தனித்தனியாகப் பார்க்காமல், தாங்கள் முக்கியம் என்று நினைக்கிற (நேரந் தவறாமை போல) ஏதோ ஒன்றின் அடிப்படையில் மட்டும் ஒருவரை மதிப்பீடு செய்து விடுவது. அதன் அடிப்படையிலேயே, மற்றவற்றுக்கும் மதிப்பெண்கள் (ஒரே போல குறைவாகவோ, அதிகமாகவோ) கொடுப்பது. இதுதான் ஹாலோ எஃபெக்ட்.

RECENCY EFFECT

சமீபத்தன்மை குறைபாடு என்று இதனைச் சொல்லலாம். ஒருவர் கடந்த ஓராண்டில் எப்படி பணியாற்றினார் என்று பார்ப்பதுதான்

அப்ரைசல். ஆனால் சில சாமர்த்தியசாலிகள், ஆண்டு முழுவதும் சும்மா இருந்துவிட்டு, அப்ரைசல் வரும் நேரம் கூடுதலாகவும் சிறப்பாகவும் வேலை செய்வார்கள். அதில் மயங்கிப் போய், கூடுதல் மதிப்பெண்கள் கொடுத்தால் சரியா? அல்லது வருடம் முழுக்க நன்றாகப் பணியாற்றியவர் எதன் காரணமாகவோ, கடைசி மாதம் விடுப்புகள் எடுத்து கொஞ்சம் குறைவாகச் செயலாற்றினார் என்பதற்காக அவருக்கு மிகக் குறைந்த மதிப்பெண்கள் கொடுத்தால்?

இப்படி சமீபத்திய தன்மைக்கு முக்கியத்துவம் கொடுப்பதுதான் ரீசென்ஸி எஃபெக்ட்.

SPILLOVER EFFECT

வரிசையாக ஏழு வெவ்வேறு குணங்களுக்கு மதிப்பெண் கொடுக்க வேண்டும். முதலாவதில் பத்து நாலு என்று கொடுத் தார். அதனை சரியாக யோசித்துத்தான் கொடுத்தார். ஆனால் அதன்பின் யோசிக்கவில்லை. முதல் கட்டத்தில் கொடுத்த நான்கு மதிப்பெண்ணை ஒட்டியே 4, 5, 5, 4, 4 என்பது போல மற்ற குணாதிசயங்களும் கொடுத்தால், முதல் நான்கு (மதிப் பெண்) அடுத்தடுத்த கட்டங்களிலும் சிந்திவிட்டது என்று தானே பொருள். அதுதான் ஸ்பில் ஓவர் எஃபெக்ட் என்று. சிந்தும் பிரச்னை.

RELUCTANCE TO PLAY GOD

'ஆண்டவனாக இருக்க தயக்கம்' என்பதுதான் இந்தக் குறை பாட்டின் பெயர். நான் மேலதிகாரிதான். ஆனால் நான் கொடுக் கும் மதிப்பெண்ணால் ஏன் ஒருவரது வாழ்க்கை பாதிக்கப்பட வேண்டும். வேண்டவே வேண்டாம். எதற்கு வம்பு? எல்லோ ருக்கும் ஒரே போல கூடுதலாகக் கொடுத்துவிட்டுப் போகிறேன் என்று சிலர் வாரி வழங்கி விடுவார்கள். இதுவும் ஒரு குறைதான்.

MIDDLE PATH

புத்தர் சொன்னது: 'மிடில் பாத் இஸ் கோல்டன் பாத்' என்பது. அதே மனநிலைதான் இந்த அதிகாரிகளுக்கும். பத்துக்குத்தானே மதிப்பெண்? இதே பிடியுங்கள் எல்லோருக்கும் 5, 5, 5 அல்லது 6 அல்லது 5. மொத்தத்தில் 5,6, 7 இந்த மூன்றுக்குந்தான். இவர் களும் சரியாக மதிப்பு கொடுப்பவர்கள் அல்ல.

OVER RATING / LIBERAL RATING

எல்லோருக்கும் கூடுதல் மதிப்பெண்கள் கொடுக்கும் வழக்கம் சிலரிடம் உண்டு. இதுவும் தவறே.

STRICT RATING

எவருக்கும் அதிக மதிப்பெண்கள் கிடையாது. இப்படிப்பட்ட சிலரிடம் பணியாற்றுபவர்கள், மற்ற அதிகாரிகளால் மதிப்பிடப் படுபவர்களுடன் ஒப்பிடப்படும்போது பாதிக்கப்படுவார்கள். இதுவும் குறைதான். தவிர்க்க வேண்டும்.

8

பாராட்டுகளும் பரிசுகளும்

'**ஊ**தியம்தான் கொடுக்கிறேனல்லவா! பிறகென்ன? வேலையைச் செய் என்று சொன்னால் என்னவாம்' என்று கேட்பவர்கள் எல்லா நிறுவனங்களிலும் இருக்கத்தான் செய்கிறார்கள். அப்படிபட்ட சில இடங்களில் வேலை நடக்கவும் செய்யும்.

ஆனால் அதே வேலையை கூடுதல் சிறப்பாக செய்ய வைக்க வேண்டும். யோசித்து சரியாக, ரிஸ்க் எடுத்து அற்புதமாக செய்ய வைக்க வேண்டுமே, அதுதானே தேவை.

அப்படி சில இடங்களில் மக்கள் வேலையை இழுத்து போட்டுகொண்டு செய்கிறார்கள். பல ஊழியர்கள் தாங்கள் செய்யக் கூடியதைவிட கூடுதலாக, செய்ய வேண்டியதை விட அதிகமாகவே செய்கிறார்கள். அவர்கள் எல்லாம் எதனால் அப்படிச் செய்கிறார்கள்?

அவர்கள் விரும்புவன கிடைக்கின்றன. குறிப்பாகப் பாராட்டுகளும், அங்கீகாரமும் (Rewards & Recognition). அவர்கள் செய்யும் வேலைகள், அதன் தரம் கவனிக்கப்படுகிறது. பாராட்டப்படுகிறது. பரிசுகள் பெறுகிறார்கள். அதனால் அவர்களிடம் வருகிறது கூடுதல் முனைப்பு.

ஓர் உணவகத்துக்குப் போகிறோம். இட்லி 10 ரூபாய், தோசை 20 ரூபாய், காப்பி 10 ரூபாய். பில் 40 ரூபாய். சரியாக 40 ரூபாய்களை எடுத்து வைக்காமல், கூடவே 5 ரூபாய் டிப்ஸ் தருபவர்களுக்கு நல்ல சர்வீசும், 10 ரூபாய் தருபவர்களுக்கு அதைவிட சிறப்பான சர்வீசும் கிடைக்கிறதா இல்லையா?

'டிப்ஸ் எதற்கு? கூடுதலாகத் தரவேண்டும் என்கிற கட்டாயம் இல்லை. அந்த சர்வீஸ் செய்யத்தானே அவர்களுக்கு சம்பளம்!' என்று கேட்டால் பதில் சொல்ல முடியாதுதான். ஆனால் அந்த டிப்ஸ், பறிமாறுபவர்களிடம் கூடுதல் வேகத்தையும் முனைப் பையும் உண்டாக்கும் என்பதில் சந்தேகமில்லை.

கொடுப்பது என்றால் காசு பணமாகத்தான் கொடுக்கவேண்டு மென்கிற கட்டாயம் இல்லை. புன்சிரிப்பு, கை குலுக்கல், வாய்ச் சொல்லில் பாராட்டல் என்பதெல்லாம்கூட கொடுப்பவைதான். நன்றாக செய்பவர்களுக்கு அவற்றைத் தந்தால்கூட போதும். அவர்கள் கூடுதல் மகிழ்ச்சி அடைவார்கள். அதனால் கூடுதலாகச் செய்வார்கள். செயல்பாட்டை அதிகரிக்க, அங்கீகாரம் செய் தலும், வெகுமதிகள் கொடுத்தலும் அவசியம்.

நடக்க வேண்டியவை நடக்க வேண்டிய முறையில், அளவில் நடந்தால், பெரும்பாலானவர்கள் அதனைப் பற்றி ஏதும் சொல்வதில்லை. 'செய்ய வேண்டியதைத்தானே செய்கிறார்கள்' என்று விட்டுவிடுவார்கள். ஆனால் ஒன்று குறைந்தாலும் சிறு குறைகள் இருந்தாலும் அதனை மறவாமல் தவறாமல் சுட்டிக் காட்டுவார்கள். குற்றம் சொல்லுவார்கள்.

நிறுவனங்களில் குறைபாடுகளுக்கு தண்டனைகளே உண்டு. இப்படி வைத்துக் கொள்வோம்.

செய்ய வேண்டியதைச் செய்வது என்பது எண்கள் அளவில் பூஜ்யம். அதாவது கூடுதலும் இல்லை, குறைச்சலும் இல்லை.

செய்வது குறைந்தால், குறையுடன் இருந்தால், அது, மைனஸ் ஒன்று (-1), மைனஸ் இரண்டு என்பதுபோல.

செய்து சிறப்பாக இருந்தால் பிளஸ் ஒன்று (+1), பிளஸ் இரண்டு என்பதுபோல.

குறைகளுக்கு (மைனஸுக்கு) ஏதாவது தண்டனைகள் (ஏச்சு பேச்சுக்கள்) கொடுப்பது போலவே, கூடுதலாக (பிளஸ்)

செய்பவர்களுக்கு ஏதாவது (பாராட்டு, பரிசு) வேண்டுமல்லவா? கொடுக்கத்தான் வேண்டும்.

ஊக்கத் தொகை (Incentive)

செயல்பாடுகளை ஊக்குவித்தல் வேண்டும். அதற்கு என்ன செய்யலாம் என்பதை நிறுவனங்கள் எப்போதோ யோசிக்க ஆரம்பித்து விட்டன. அந்த சிந்தனைகளின் விளைவுதான் ஊக்கத்தொகை.

'ஒரு நாளைக்கு பத்து பொருள்கள் உற்பத்தி செய்ய வேண்டும். அது உன் டார்கெட். அதற்குத்தான் சம்பளம். அதற்கு மேலும் நீ செய்யலாம். செய்தால், முடிக்கிற ஒவ்வொன்றுக்கும் கூடுதலாக ரூ.50 தருவோம்.'

செய்ய முடிகிறவர், என்ன செய்வார்? பன்னிரெண்டு, பதினான்கு என்று கூடுதலாகச் செய்துகொண்டே போவார் இல்லையா? காரணம், செய்யச் செய்ய அவர் கணக்கில் பணம் ஏறுகிறதே! இதுதான் இன்செண்டிவ் செய்யும் வேலை.

சில நிறுவனங்களுக்கு இவற்றைப் பற்றித் தெரியாது. அல்லது நம்பிக்கை இருக்காது. 'ஆளுக்கு 10 செய்ய வேண்டும். கூடுதலாக முடிந்தாலும் அதைச் செய்ய வேண்டும். அனைவரும் எட்டு மணி நேரமும் விடாமல் உழைக்க வேண்டும்.' சொல்லி விடுவார்கள். அதற்காகக் கூடுதலாக எதுவும் தரமாட்டார்கள்.

என்ன நடக்கும்? சிலர் 10 செய்வார்கள் வேறு சிலர் 11 செய்வார்கள். இன்னும் சிலர் 12 கூட செய்துவிடுவார்கள். இப்படியே ஒரு சில மாதங்கள் போக, கூடுதலாக செய்பவர்களிடம் அயர்ச்சி வரும். 'பத்து செய்பவரும் நானும் ஒன்றுதான். சரி விடு. எதற்காக ஓடியாடி கூடுதலாக செய்துகொண்டு' என்று அவர்களுக்குத் தோன்றிவிடலாம். அப்படி அவர்களுக்கு எண்ணம் வந்து விட்டால் அதனால் யாருக்கு இழப்பு?

நிறுவனத்துக்குத்தான். நூறு பேர் வேலை செய்கிறார்கள். ஆளுக்கு 10 செய்து மொத்தம் ஆயிரம் பொருள்கள் உற்பத்தி. அதே நூறு பேர் வேறு ஒரு இன்செண்டிவ் திட்டம் இருக்கும் நிறுவனத்தில் 1300 பொருள்கள் உற்பத்தி செய்கிறார்கள். 300 பொருள்கள் கூடுதலாக கிடைக்கும். கூடுதலாக வியாபாரம் செய்யலாம்.

அதற்கு கொடுக்கும் ஊக்கத் தொகை மட்டுமே கூடுதல் செலவு. நிறுவன இடத்தின் வாடகை, இயந்திரங்களின் செலவு, மின் சாரம், ஏனைய நிர்வாக ஊழியர்களின் ஊதியம் எல்லாம் அதே அளவுதான். அவற்றில் மாற்றமில்லை.

Win-Win என்பார்கள். நிர்வாகம் மற்றும் ஊழியர் ஆகிய இருவருக்கும் வெற்றி. அதுதான் ஊக்கத் தொகைகள் செய்யும் வேலை.

'எதற்கு ஊக்கத் தொகையெல்லாம் கொடுத்துக்கொண்டு! அதட்டி உருட்டி வேலை வாங்கினால் பத்துக்கும் மேலாகவே செய்து வாங்கிவிட முடியாதா? நேரத்தில் தொடங்குவது, தேநீர், உணவு இடைவேளைகளில் ஊழியர்கள் அதிக நேரம் எடுத்துக் கொள்ளாமல் பார்த்துக் கொள்வது என்றெல்லாம் செய்து உற்பத்தியை அதிகரித்துவிட முடியாதா?' என்றால் என் அனுபவத்தில் முடியாது என்றுதான் சொல்வேன்.

ஊழியர்கள் நினைத்தால், மெதுவாகச் செய்யலாம். வேகமாகச் செய்வது போலவே மெதுவாக செய்யலாம். தவிர, இயந்திரங் கள், உபகரணங்கள், இடுபொருள்கள் சரியில்லை என்று ஏதாவது பழிபோடலாம். அவை எல்லாவற்றையும் கண்டு பிடித்து, கண்டுபிடித்து நிரூபித்து, தண்டித்து, கட்டுப்படுத்திக் கொண்டிருக்க முடியாது. கெடுபிடியான நிர்வாகிகளுக்கே அயர்வு வந்துவிடும்.

அதைவிடச் சுலபமான முறை, ஊக்கத் தொகைகள்.

மேற்பார்வையே வேண்டாம். வேலை தன்னால் நடக்கும். தவிர, வேலை நடக்க தடையாக இருப்பனவற்றை ஊழியர்களே நிவர்த்தி செய்வார்கள். காரணம், வேலை நடக்க வேண்டும் என்பது நிறுவனத்தின் திட்டம் (அஜெண்டா) மட்டுமில்லை. ஊழியர்களின் திட்டமும்கூட. ஓடியாடி நேரத்தை வீணாக்காமல் செய்வார்கள். பலன் பெறுவார்கள். பயன் தருவார்கள்.

விருப்பம்போல் திட்டம்

நிறுவனத்துக்கு என்ன தேவையோ, அதற்கு ஊக்கத் தொகை வழங்கும் விதமாக இன்செண்டிவ் திட்டத்தை அமைப்பதில்தான் இருக்கிறது திறமை.

ஒரு நிறுவனத்தில், பல மோட்டார் வாகனங்கள் இருக்கின்றன. அவற்றை இயக்குவதற்கு பல வாகனங்களை ஓட்டுவதில் பயிற்சி பெற்றவர்களை நிறுவனம் ஊழியர்களாக வைத்திருக் கிறது. அவர்களுக்கு ஊதியம் கொடுப்பதுடன், ஊக்கத் தொகையும் கொடுக்கலாம் என்று முடிவு செய்கிறது.

அவர்களுக்கு என்ன செய்தால், எவற்றுக்கெல்லாம் ஊக்கத் தொகை கொடுப்பது?

ஓட்டுனர்களிடம் நிறுவனம் எதிர்பார்ப்பவை என்ன? அவற்றில் எவற்றை அளக்க முடியும்? எவை ஓட்டுனர்களால் செய்யக் கூடியவை? இவற்றைத்தான் பார்க்க வேண்டும்.

1. வாகனங்களை விபத்தின்றி ஓட்டுவது

2. சீராக ஓட்டுவதன் மூலம் எரிபொருள் செலவைக் குறைப்பது

3. சீராக ஓட்டுவதன் மூலம் பராமரிப்பு செலவினைக் குறைப்பது

4. நேரத்துக்கு வருவது

இவற்றில் எதற்காவது அல்லது எல்லாவற்றுக்குமாக இப்படி ஒரு திட்டம் கொண்டு வரலாம்.

- விபத்தில்லாமல் வண்டி ஓட்டும் ஒவ்வொரு மாதமும் 'நோ ஆக்ஸிடென்ட் இன்சென்டிவ்' என்று ஒரு தொகை கொடுக்கப்படும். சிறு விபத்து நிகழ்ந்தால்கூட அது தரப்படமாட்டாது.

- ஒரு லிட்டர் டீசலுக்கு இத்தனை கி.மீ. தூரம் ஓட்ட வேண்டும். (நியாயமாக நிர்ணயித்து பழைய புதிய வாகனங்களுக்கு ஏற்ப மாற்றி) அதை விட கூடுதல் கி.மீ.கள் ஓட்டுபவர்களுக்கு ரூ. xxx பரிசாகக் கொடுக்கப்படும்.

- ஓராண்டில் வண்டி ஒன்றுக்கு (அதன் வயதுக்கு ஏற்றபடி) ரூ. xxxx பராமரிப்பதற்காகச் செலவழிக்கலாம். ஆனால் முறையாகப் பராமரித்து, ஒதுக்கப்பட்ட தொகையில் மிச்சம் பிடித்தால், அதில் ஒரு பகுதி ஊழியருக்குத் தரப்படும்.

- ஒரு நாள்கூட நேரம் தவறாமல் வண்டியை எடுப்பவர்களுக்கு ரூ. xx 'பங்சுவாலிட்டி அலவன்ஸ்' என்று தரப்படும்.

எல்லாம் பணமாகத்தான் இருக்க வேண்டும் என்பதில்லை. அது நிறுவன முதலாளி அல்லது பெரிய அதிகாரி, பலர் முன்னிலையில் வழங்கும் பரிசுப் பொருளாகவோ, விருதாகவோகூட இருக்கலாம்.

ஆனால் என்ன வேண்டும் என்று அறிவித்து அதனை முறையாக அளந்து, சரியானவர்களைத் தேர்ந்தெடுத்து வெகுமதி அளித்தல் அவசியம். இப்படிச் செய்யப்படும் இடங்களில் வேலைக்கு மதிப்பு, வேலை செய்பவர்களுக்கு மதிப்பு என்கிற எண்ணம் வரும்.

ஊழியர்களுக்கும் கூடுதலாக வேலை செய்யத்தான் ஆசை. ஆனால் அதனைக் கவனிப்பார் இல்லாவிட்டால், சோர்வு வந்துவிடுகிறது. இப்படிப்பட்ட திட்டங்களைக் கொண்டு வராத நிர்வாகங்களே, செயல்பாட்டுக் குறைவுகளுக்குக் காரணம் என்று கூட சொல்பவர்கள் உண்டு.

வேறுபடுத்துவது

தினசரி பத்து பொருள்கள் உற்பத்தி செய்தால் மாதம் முழு ஊதியம். பத்துக்கு மேல் செய்கிற ஒவ்வொன்றிற்கும் ரூ.50 கூடுதல் என்று ஓர் உதாரணம் பார்த்தோம். இது ஊக்கத் தொகையில் ஒரு வகை. இதிலும் சில குறைபாடுகள் உண்டு. பன்னிரண்டு செய்பவருக்கு ரூ.100 கூடுதலாக கிடைக்கும். பதினான்கு செய்பவருக்கு 4 x 50 = 200 கூடுதலாக கிடைக்கும்.

சரியாகத்தானே இருக்கிறது! இதில் என்ன தவறு, குறைபாடு என்று கேட்கலாம்.

ஒரு சிலரால் இருபதுகூட உற்பத்தி செய்ய முடியலாம். பத்து செய்பவரும் பன்னிரெண்டு செய்பவரும் வேண்டுமானால் கிட்டத்தட்ட ஒன்றாக இருக்கலாம். பன்னிரெண்டால் நிறுவனத்துக்குக் கூடுதல் லாபம் (அல்லது செலவு குறைச்சல்) என்பது மிகக் குறைவு என்று நினைக்கலாம்.

ஆனால் பன்னிரெண்டு செய்பவருக்கும் இருபது செய்பவருக்கும் இடையே கண்டிப்பாக வேறுபாடு உண்டு. இருபது செய்பவர், இரண்டு நபர்களின் வேலையை ஒருவரே செய்துவிடுகிறார். அவர் கூடுதலாக செய்யும் பத்து பொருள்களுக்கு நிறுவனம் ஊக்கத் தொகையாக ரூ.500 மட்டுமே கொடுக்கிறது.

இன்னொருவருக்கு ஊதியமாகக் கொடுத்தால் அதைவிட கூடுதலாகுமே! தவிர இன்னொருவர் நின்று வேலை செய்ய இடம், இயந்திரம், உபகரணங்கள் எல்லாம் தனித்தனியாக தரவேண்டுமே! ஒருவரே கூடுதலாக செய்யும்போது இவை எதுவுமே கூடுதலாகத் தேவைப்படுவதில்லையே.

இவரைப் போல இன்னும் பலரும் செய்தால், உற்பத்தி நேரம் குறைந்து பொருள்களைச் சந்தைக்குச் சீக்கிரம் எடுத்துப் போகலாமே. தவிர ஆள் வைத்தால், வேலை இருக்கிறதோ இல்லையோ ஊதியம் கொடுத்தாக வேண்டும். ஆனால் இன்சென்டிவ்வில் அந்தக் கட்டாயம் இல்லையே. தேவை யில்லாத அன்று, கூடுதல் உற்பத்தி வேண்டாம் என்று சொல்லி, ஊக்கத் தொகை செலவில்லாமல் பார்த்துக் கொள்ள முடியுமே.

தவிர, ஊதியம் போக ரூ.500 வரை ஊக்கத் தொகை பெறக்கூடிய தொழிலகத்தை விட்டு, திறமையான ஊழியர்கள் போக மாட்டார்களே. மேலும் திறமையானவர்கள் தேடிவந்து வந்து சேருமிடமாகவும் நிறுவனம் ஆகிவிடுமே.

இப்படியெல்லாம் யோசித்தவர்கள் செய்ததுதான் 'Slab System'. ஸ்லாப் என்றால் இங்கே படிக்கட்டுகள் என்று பொருள் கொள்ளலாம்.

செய்யும் அளவு	**வழங்கப்படும் கூடுதல் தொகை**
பத்து செய்தால்	ஊதியம் மட்டுமே.
பதினொன்று முதல் பன்னிரண்டு வரை செய்தால்	ஒவ்வொன்றுக்கும் ரூ.50
பன்னிரெண்டுக்கு மேல் பதினான்கு வரை	ஒவ்வொன்றுக்கும் ரூ.60
14க்கு மேல் 16 வரை செய்தால்	ஒவ்வொன்றுக்கும் ரூ.70
16க்கும் மேல்	ஒவ்வொன்றுக்கும் ரூ.100

இப்படி ஒரு படிக்கட்டுபோல உயர்ந்துகொண்டே போகிற ஊக்கத் தொகையை அறிவித்துவிட, முழு மூச்சாக வேலை நடக்கும். செய்யமுடிந்தவர்கள் நிறுத்தவே மாட்டார்கள்.

உற்பத்திக்குத்தான் என்றில்லை. கூடுதல் தரம் வேண்டுமா? பிழைகள் தவிர்க்கப்பட வேண்டுமா? துரிதமாக வரவேண்டுமா? எது தேவையோ அதனுடன் இணைத்து ஒரு இன்சென்டிவ் திட்டம் செய்துவிட்டால் போதும். பல மேலாளர்களால் செய்ய முடியாததை எல்லாம் அது செய்துவிடும்.

மாறுபடும் ஊதியம்

Variable Pay என்பார்கள். ஊதியம் ஐந்தாயிரம் இருக்கும். ஆனால் இன்சென்டிவ்வில் இருபதாயிரம்கூட வரலாம். வாய்ப்பு உண்டு.

சில ஊழியர்களின் வேலை ஒரு குறிப்பிட்டவிதமானது. அதனை மேற்பார்வையாளர் அதிகம் கவனிக்க முடியாது. ஊழியராகப் பார்த்து செய்தால்தான் உண்டு. உதாரணத்துக்கு ஓவியர்கள் அல்லது கண்டுபிடிப்பாளர்கள். பராமரிப்புத் துறைகளில் இருப்பவர்கள், விற்பனையாளர்கள்.

'நானும் செய்துகொண்டுதான் இருக்கிறேன். நீங்களே பார்க்கிறீர் கள். ஆனால், விஷயம் ஆகமாட்டேன் என்கிறது. நான் என்ன செய்யட்டும்' என்பார்கள். அந்த பட்சத்தில், ஊதியம் என்று ஒரு குறைந்தபட்சத் தொகை. மீதமெல்லாம் செயல்பாட்டின் அடிப்படையில். கூடுதலாகச் செய்தால் கூடுதலாக வாங்கிக் கொள்ளுங்கள். முடியாவிட்டால், நாங்களும் ஏதும் செய்வதற் கில்லை' நிறுவனத்துக்கும் (அதிக) நட்டமின்றி பார்த்துக் கொள்ள முடியும்.

இப்படிச் செய்துவிட, மக்களிடம் முழு வேகமும் சக்தியும் பிறக் கும். சொந்த நிறுவனத்துக்கு உழைப்பதுபோல உழைப்பார்கள்.

ஊக்கத்தொகை திட்டங்கள் எப்படியிருக்க வேண்டும்

★ நியாயமானதாக

பத்துக்கு ஊதியம். அதற்குமேல் பொருள் ஒன்றுக்கு 50 காசு என்றிருக்கக் கூடாது. கூடுதல் முயற்சிக்குத் தகுந்த அளவில் தொகை அமைய வேண்டும்.

★ எளிமையானதாக

எப்படி கணக்குப் போடுகிறார்கள். ஏன் குறைவாகத் தருகி றார்கள். அல்லது எதனால் சில சமயங்களில் கூடுதலாக வரு

கிறது என்பதெல்லாம் செய்பவர்களுக்குப் புரியும் அளவில் எளிமையாக இருக்க வேண்டும்.

★ வெளிப்படையானதாக

'நீ செய்வதைச் செய். வருவது தன்னால் வரும்' என்கிற உபதேச மெல்லாம் இங்கே எடுபடாது. எதற்கு எது என்று தெரிந்தால்தான் முயற்சி வெளிவரும்.

★ உடனுக்குடன் பலன் தரக்கூடியதாக

நீங்கள் செய்வதையெல்லாம் கணக்கு வைத்துக்கொண்டு ஆண்டு இறுதியில் தருவோம். அல்லது வேலையை விட்டுவிட்டுப் போகும்போது தருவோம் என்பதெல்லாம், ஊக்கம் ஏற்படுத் தாது. உடனுக்குடன் பெறுவோம் என்று நினைத்தவுடன் கூடுதல் சக்தி பிறக்கும்.

★ அதிகரித்துக் கொண்டே போகக்கூடியதாக

பத்துக்கு மேல் 50 ரூ. 12க்கு மேல் 60, 14க்கு மேல் 70 என்றால், இன்னும் கொஞ்சம் இன்னும் கொஞ்சம் என்று ஊழியர் தன்னிலிருந்தே கூடுதலாக சக்தியைக் கொண்டு வருவார். மாறாக, பன்னிரெண்டு வரை ரூ.50. அதற்கு மேல் 14 வரை 45, பின் 40 என்றால் எனக்குத்தான் எப்படியும் கூடுதலாகக் கிடைக்கிறதே என்று கணக்கு சொல்லி, அது எடுபடாது. ஊக்கத்தை மட்டுப்படுத்தும்.

★ அவர்கள் கட்டுப்பாடு இருப்பதன் மேல் சார்ந்ததாக

ஊக்கத்தொகையை அறிவிக்கும்போது, ஊழியர்கள் முயற்சி எடுத்தால் எது தடையின்றி நடக்குமோ அதன் மீது அறிவிக்க வேண்டும். மாறாக, அவர்கள் கட்டுப்பாட்டில் இல்லாதவற்றின் மீது உதாரணத்துக்கு நிறுவனம் லாபம் செய்தால், உங்களுக்கு ஊக்கத் தொகை என்பது இணைக்கக் கூடாது. நிறுவனத்தின் லாபம் என்பது, இடுபொருள் விலை, செய்முறை, பிற செலவு கள், விற்பனை விலை, விற்பனை திறமைகள், போட்டியாளர் களின் பொருள், விலை போன்றவற்றைப் பொறுத்தது. அவற் றின் மீது கட்டுப்பாடு இல்லாத ஊழியர்களின் ஊக்கத் தொகை அதனோடு இணைக்கக் கூடாது. (அதனுடன் லாபப் பகிர்வு போனஸை இணைக்கலாம்.)

★ தேவைப்படும் உதவிகளை உறுதிப்படுத்துவதாக.

கூடுதல் உற்பத்தி தேவை என்று அறிவித்து விட்டு, மின்சாரம் இல்லாத நிலையிருந்தால் (முன்பு பார்த்த ஆர்கனைசேஷனல் சப்போர்ட்) அல்லது போதுமான அளவு இடுபொருள் இல்லாது போனால்? ஓர் ஊக்கத் தொகை திட்டம் அறிவிக்கப்படாமல், அது வெற்றி பெற வேண்டுமென்றால், செயல்பாடு நடக்கத்தக்க சூழலை நிறுவனம்தான் உறுதி செய்ய வேண்டும்.

★ பாராட்டுகள்

பணம் தேவைதான். நிச்சயமாக பணம் ஒரு பெரிய ஊக்குவிப் பான். அதே சமயம் அது மட்டுமே மோட்டிவேட்டர் அல்ல. முன்பு பார்த்த தேவைகளின் அடுக்கு நினைவிருக்கலாம். ஒரு தேவை ஓரளவு நிறைவான பின், மக்கள் அதன்பின் ஓடுவ தில்லை. பொருளாதாரத்தில் Law of Diminishing marginal utility என்று ஒரு தத்துவம் உண்டு. குறைந்துகொண்டே போகும் கூடுதல் பலன் என்பது அதன் பொருள்.

ஒருவர் கடும் பசியில் இருக்கிறார். அவரிடம் நன்கு பழுத்த பச்சை வாழைப் பழங்கள் ஆறு கொடுக்கிறார்கள். நல்ல திரட்சி யான பழம். தொட்டால் குளிர்ச்சியாக இருக்கிறது.

முதல் பழத்தை சீப்பில் இருந்து பிய்த்து எடுக்கிறார், உரிக்கிறார், உள்ளே தள்ளுகிறார். (அவ்வளவு பசி) முடிந்தது. அவர் அடுத்த பழத்தை எடுத்து உரிக்கும்நேரம் நாம் ஒரு கணக்குப் போடு வோம். அவர் சாப்பிட்டு முடித்த அந்தப் பழம், அவருக்குக் கொடுத்த திருப்தியின் அளவு (அளவு கொடுத்தால்) பத்து என்று வைத்துக் கொள்வோம். அதாவது, நல்ல பசியின்போது அவர் உண்ட முதல் பழத்தின் திருப்தி அளவு =10.

இரண்டாவது பழம் சாப்பிடும்போது சற்று நிதானம் வந்துவிடு கிறது. அதன் திருப்தி அளவு... மூன்றாவது பழம்... நான்காவது பழமும் சாப்பிட்டாகி விட்டது. ஐந்தாவது பழத்தை எடுக்க லாமா வேண்டாமா என்று பார்க்கிற அளவு அவர் வயிறு நிறைந்து விட்டது.

அவர் உண்ட நான்காவது பழத்தில் அவருக்கு கிடைத்த திருப்தி என்ன அளவு இருந்திருக்கும்? மூன்றாவதில்? இரண்டாவதில்?

முதல் பழத்தில் பத்து என்றால், அடுத்தடுத்த பழங்களில் கிடைத்த திருப்தியின் அளவு எட்டு, ஏழு, நாலு என்று குறைந்து கொண்டேதான் வந்திருக்கும். ஆறு பழங்களையும் அவரைக் கட்டாயமாக சாப்பிடச் சொன்னால், ஆறாவது பழத்தில் அவருக்கு திருப்தியின் அளவு வெறும் ஒன்றாகக் கூட இருக்கலாம்.

சீப்பில் இருந்த ஆறு பழங்களும் ஒரே மாதிரியானவைதான். நபரும் அதே நபர்தான். ஆனால் திருப்தியில் வேறுபாடு வரக் காரணம் என்ன? மாற்றம் எங்கிருந்து வந்தது?

அவருடைய பசி நிலைமையில்தான் மாற்றம். பசி குறையக் குறைய குறைய திருப்தி குறையும். பழத்துக்குப் பதில் கடலைமிட்டாய் கொடுத்தால் சந்தோஷமாக சாப்பிடுவார். அல்லது வேறு ஏதேனும். ஒரே பொருள் திகட்டிவிடும்.

நிறுவனம் கொடுக்கும் அதே பணம்தான். பெறுபவரும் அதே நபர்தான். ஆனால் பணத்தில்கூட ஓரளவுக்கு மேல் திருப்தி நிலை மாறலாம், குறையலாம்.

பல்வேறுவிதமான அங்கீகரிப்புகள்

பணம் தவிர இன்னும் பலவிதமாகவும் நல்ல செயல்களை அங்கீகரிக்கவும் அதன் மூலம் ஊக்கப்படுத்தவும் முடியும்.

(அ) வாய்வழி

- பாராட்டுச் சீட்டுகள் - Good work & Congrats என்பதுபோல எழுதி கையொப்பமிட்டுக் கொடுப்பது
- குறிப்பிட்ட நபரை முன்னுதாரணமாகக் காட்டி மற்றவர் களிடம் பேசுவது
- அவர் வேலை செய்யும் இடத்துக்குச் சென்று பாராட்டுவது
- நிறுவனத்தின் கூட்டங்கள் நடைபெறும்போது, குறிப்பிட்ட நபர் செய்தவற்றை எடுத்துச் சொல்வது

(ஆ) எழுத்து மூலம்

- செய்தவரது பெயரை நிறுவன அறிவிப்புப் பலகையில் போடுவது.

- அவரது புகைப்படத்தைப் போட்டு பாராட்டி எழுதுவது.

- நிறுவனத்தின் இதழ்களில் (Company Magazines) அவருடைய செயல்பாட்டைப் பற்றி குறிப்பிடுவது.

- பாராட்டுக் கடிதம் அனுப்புவது.

(இ) செயல்கள் மூலம்

- பாராட்டி கை குலுக்குவது

- நிறுவன விழா மேடைகளில் அழைத்து கவுரவப்படுத்துவது

- மெடல்கள், சர்டிபிகேட்டுகள் கொடுப்பது

- அவர் விரும்பும் பயிற்சிகளுக்கு அனுப்புவது

- குடும்பத்துடன் வெளியில் செல்ல டிக்கெட் வாங்கிக் கொடுப்பது

- மதிப்புமிகு பரிசு பொருள்கள் கொடுப்பது

- கூடுதல் சிறப்பு இன்கிரிமெண்ட் கொடுப்பது

- பதவியுயர்வு கொடுப்பது

- சில நிர்வாகக் குழுக்களில் செயல் உறுப்பினர் ஆக்குவது

- சிறந்த ஊழியர் என்கிற பட்டம் / விருது கொடுப்பது

குறிப்பிட்ட நிகழ்வுகளுக்கு இப்படியெல்லாம் அங்கீகரிக்கலாம். வேறு சிலர் இருக்கிறார்கள். எப்போதும் சிறப்பாகவே, உண்மையாகவே உழைப்பவர்கள். அவர்களை எப்படி வித்தியாசமாக அங்கீகரிக்கலாம்?

ஒரு தனியார் நிறுவன பொது மேலாளர் அவர். காலை எட்டு மணிக்கு தொழிலகத்துக்கு வந்தார் என்றால், இரவு ஒன்பது ஒன்பதரை ஆகிவிடும். இப்படியேதான் மாதம் முழுக்க, ஆண்டு முழுக்க. அவர் சொந்த வேலைகள் எதுவும் அவருக்கு நினைவிருக்காது. எப்போதும் நிறுவனத்தின் நினைப்புதான்.

ஒருநாள் விடிகாலை நேரம். அவர், அவர் வீட்டில் தூங்கிக் கொண்டிருந்தார். 'வாசலில் ஏதோ சத்தம் கேட்கிறது போய்ப்

பாருங்கள்' என்றார் அருகில் படுத்திருந்த மனைவியிடம். கதவைத் திறந்தார் மனைவி. லேசாகத்தான் விடிந்திருந்தது. வாசலில் எவரையும் காணோம். கதவைச் சாத்தலாம் என்று திரும்பியவருக்கு ஆச்சரியம். திடீரென்று அவர்கள் வீட்டுக்கு எதிரில், சாலையின் எதிர்ப்புறமிருந்து சிவப்பு மேல்சட்டை மற்றும் நீலக்கலர் பேண்ட் அணிந்திருந்தவர்கள், ஒரு அணியாக 'பேண்ட்' வாசித்தபடி இவர்கள் வீட்டை நோக்கி வந்தார்கள். ஒன்றுமே புரியவில்லை. நெருங்கி வர வர, சத்தம் காதை பிளந்தது. பேண்டுகள், கிளாரினெட் என்று ஏக அமர்க்களம்.

சத்தம் கேட்டு, கணவனும் என்னவோ ஏதோ என்று ஓடிவந்தார். இருவருமாக வாசலில் நிற்க, அக்கம் பக்கத்து வீட்டுக் கதவுகள் ஜன்னல்களிலும் முகங்கள். இப்போது, 'அட! நிறுவனத்தின் மனிதவள மேலாளர் எங்கிருந்தோ கையில் மிகப்பெரிய ரோஜா மாலையுடன் வருகிறாரே! எதற்கு?' என்று அவர் யோசிப்பதற் குள் அவர் கழுத்தில் அதனைப் போட்டுவிட்டார்.

உடன் 'பிறந்தநாள் வாழ்த்துகள்' என்றாரே பார்க்கலாம். நெகிழ்ந்துவிட்டார் பொது மேலாளர். மகிழ்ந்து போனார்கள் குடும்பத்தார். வியந்துபோனது அக்கம் பக்கம்.

அங்கீகரிப்புகள் செய்வதற்கு கற்பனையும் மனமும் வேண்டும். அசத்தி விடலாம். நெகிழ்த்தி விடலாம்.

பாராட்டுகள் - சில முக்கிய குறிப்புகள்

★ **செய்யத் தவறியவை பற்றி**

- எப்போதும் நன்றாகச் செய்பவர், ஏதோ ஒன்றில் தவறி விட்டால் அதை பெரிதுபடுத்த வேண்டாம். சொல்லப் போனால், அதனை கண்டுகொள்ளாமலேயேகூட விட்டு விடலாம். அதனால் அவர்கள் ஒன்றும் கெட்டுப் போய் விட மாட்டார்கள். அவர்களுக்கே தெரியும் அவர்கள் செய்த / செய்யத் தவறிய அந்த ஒன்று தவறானதென்று.

  இப்படிச் செய்வதால், அவர்களுடைய மரியாதை குறை யாமல் இருக்கிறது.

- சிறப்பாக வேலை செய்பவர்கள், நமக்கு முக்கியமானவர் கள், ஏதேனும் செய்யத் தவறிவிட்டால், அதனைப் பற்றிப்

பேச வேண்டிய அவசியம் வந்தால், அவர்களைக் குற்றம் சொல்லாமல், முனைந்து கண்டுபிடித்து, அதில் நம் பங்கு (சொல்பவர் பங்கு / சொல்பவர் செய்யத் தவறியது) என்ன என்பதைப் பற்றிப் பேசலாம். அதுவே போதும்.

- நம் குற்றத்தைப் பற்றிப் பேசாமல் அவர்கள் குற்றத்தையே பேசுவது, வேலை செய்பவர்கள் மனதைப் புண்படுத்தி விடும்.

- குற்றம் / தவறு நிகழ்ந்துவிட்டது. நிகழ்ந்ததனால் நஷ்டம். நடந்தது / நடக்கத் தவறியது என்ன என்பது பற்றி பேசலாம். யாரால் என்பது பற்றி பேச வேண்டாம். அதனால் என்ன இழப்பு என்று பேசலாம். எவர் குற்றம் என்று நபர்களை அடையாளப்படுத்த வேண்டாம். என்ன செய்ய வேண்டும், எப்படி சரிசெய்ய வேண்டும் என்று பேசலாம். தொடர்புடைய வர்களை வைத்துக்கொண்டே, சற்றும் அவர்கள் மீது (உண்மையாக) குற்றம் காணாமல், நிகழ்வின் மீது பேச்சை வைக்க, அவர்கள் மனதில் 'அதனைச் சரி செய்தே ஆக வேண்டும்' என்கிற உந்துதல் வரும். முனைப்புடன் முழு மனதுடன் செல்வார்கள். செய்வார்கள்.

- தண்டிக்க வேண்டுமென்பதில்லை. எப்போதும் சரியாக செய் தவர்களால் அளவர்களது தவறுகளுக்குக்கூட தண்டனை களை ஏற்றுக் கொள்ள முடியாது. அது சரிதான். அவர்கள் எவ் வளவோ செய்திருக்கிறார்கள். ஒருமுறை தவறினால் அதனை நாம் அலட்சியப்படுத்தக் கூடாதா - என்கிற அவர்களுடைய எதிர்பார்ப்பில் தவறில்லை.

- நாம் அங்கீகரிக்காத அவர்களுடைய செயல்கள் பற்றி தெரிவிக் காமலே விடுவதில் ஆபத்தே இல்லையா? ஏதாவது செய்ய வேண்டாமா என்று கேட்டால், இரண்டு வழிகளைச் சொல்ல லாம். ஒன்று, அதன் மீதிருந்து கவனத்தை எடுத்து விடுவது. அப்படி ஒன்று நடந்ததை பார்த்தும் பார்க்காததுபோல மௌன மாகிவிடுவது. இரண்டாவது வழி, நம் அங்கீகரிப்புகளில் சிலவற்றைக் குறைப்பது. உதாரணத்துக்கு அவர்களைப் பார்த் ததும் வழக்கமாக புன்னகை செய்வோம், கைகுலுக்குவோம், நலம் விசாரிப்போம். இவற்றின் அளவை சற்று குறைக்கலாம். ஓரிரு நாள்களுக்கு மட்டும். அது போதும்.

- ஒரு தவறுக்கு ஆயுள் தண்டனை போல, தினம் தினம் தண்டிக்கலாகாது. ஒருமுறை தண்டித்து விட்டால், அதோடு அதனை விட்டுவிட்டு பழைய சகஜ நிலைக்கு இயல்பாகத் திரும்பிவிட வேண்டும்.

- தவறுகள் பற்றிப் பேச வேண்டுமென்றால், முதலில் அவர்களின் பலங்கள், நிறுவனத்துக்கு அவர்களுடைய பங்களிப்புகள் முதலியவற்றைப் பற்றி நன்கு பேசிவிட்டு, பின், இதனைச் செய்திருக்கலாம் என்று சொன்னால், அது எடுபடும். இல்லாவிட்டால், நாம் சொல்லவிட்ட நல்லனவற்றை அவர்கள் நினைத்து, 'அதெல்லாம் தெரியவில்லை. இதைப் பெரிதுபடுத்துகிறார்களே' என்று வருந்துவார்கள்.

★ பாராட்டுவது

- பாராட்டும்போது மூன்று நிலைகளை உறுதி செய்ய வேண்டும்.

- நீங்கள் என்ன செய்தீர்கள்

- அது எப்படி எனக்கோ நிறுவனத்துக்கோ உதவியாக இருந்தது.

- நான் அதைப் பற்றி என்ன தெரிவிக்கிறேன் (பாராட்டுகிறேன்).

இந்த மூன்றையும் தெளிவாகத் தெரிவிக்க வேண்டும்.

- வெகுமதிகள் பாராட்டுகளின்போது என்ன ஏன் என்பதை விளக்குதல் அவசியம். அப்படிச் செய்தால்தான், அவர்களுக்கு கிடைக்காதபோது, அவர்களால் புரிந்துகொள்ள முடியும். அதேபோல, அந்தப் பாராட்டு பெறாதவர்களுக்கும் தங்களுக்கு ஏன் கிடைக்கவில்லை என்பதைச் சரியாகப் புரிந்து கொள்வார்கள்.

- கடைகளில் பண்டிகை காலங்களில் தள்ளுபடிகள் செய்தும், பரிசுகள் கொடுத்தும் மகிழ்விப்பது போல (மகிழ்வித்து கூடுதல் விற்பனை செய்து கொள்வதை போல) நாமும், ஊழியர்களுக்கு அவ்வப்போது பாராட்டுகள் (நம் எதிர்பார்ப்பில் சற்று குறைவான செயல்களுக்கும்) கொடுத்து ஈர்க்க வேண்டும்.

- நூற்றுக்கு நூறுக்குத்தான் பாராட்டு என்று காத்திருக்க வேண்டாம். 98 என்பதும் சிறப்புதான். 95ம் சிறப்புதான்.

- விளைவுகளுக்கு மட்டுமேயல்லாமல், உண்மையான (ஆனால்) வெற்றி தராத முயற்சிகளையும் அங்கீகரிக்க வேண்டும். இன்றைய முயற்சி, நாளைய வெற்றி என்று பார்க்க வேண்டும்.

- எல்லோராலும் வெற்றி பெற்று பரிசு வாங்க முடியாமல் போகலாம். பிற தகுதிகள் இருந்து, அப்படி குறிப்பிட்ட பரிசுகள் பெற முடியாமல் போகிறவர்களை ஊக்குவித்து, அவர்கள் மனது உடையாமல் பார்த்துக் கொள்ள, அவர்களை அழைத்து பரிசுகள் கொடுக்கச் சொல்லலாம். பரிசு பெறுவதைவிட, கொடுப்பது கூடுதல் கௌரவம் அல்லவா. பரிசு பெறாத வேறு சிலரைவிட்டு பாராட்டிப் பேச வைக்கலாம்.

- தொடர்பில்லாதவர்களுக்கு பரிசுகள் கொடுக்கக் கூடாது. அதுவும் மற்ற சிலர் முயன்று உழைத்து பரிசு பெறும் நேரம், இப்படி சிலரையும் வேறு காரணங்களுக்காக நுழைக்க, உண்மையாக பரிசு பெற்றவர் அவருக்குத் தரப்படும் மதிப்பை குறைவாகவே எண்ணுவார். (ஈக்விட்டி தியரி).

- பாராட்டு செய்வது தேவை. அதனை இயன்ற அளவு வெளிப்படையாக கொண்டாட்டமாக, பலரும் பார்க்கும் வண்ணம் செய்ய வேண்டும்.

- செய்தவர்களைப் பாராட்ட வேண்டும். போக, அவர்கள் அதனைப் பற்றிச் சொல்லுவதை முழுமையாக கேட்க வேண்டும். அதனை விவரிப்பதில் அவர்களுக்கு மகிழ்வும் பெருமிதமும் இருக்கும். அதற்கு வழிவகை செய்ய வேண்டும்.

- சின்னச் சின்ன தவறுகளைக் கூட கண்டுபிடிக்க முடியும். பலரும் செய்கிறார்கள். அதேபோல பலர் கண்ணுக்கும் தெரியாத, பலரும் உணராத சிறப்புகளையும் மற்றவர்களிடம் நாம் கண்டுணர்ந்து பாராட்டுவதையே ஒரு பழக்கமகாக்கிக் கொள்ள வேண்டும்.

- பாராட்டுகளை, பாராட்டு பெறுபவர் மதிக்கும் விதங்கள், விரும்பும் ஏங்கும் விதங்களில் கொடுக்கலாம். கூடுதல் மதிப்பு பெறும்.

- கவனிப்பதே ஒரு பெரிய அங்கீகாரம். அதுதான் இயங்குவதற்கான ஆக்ஸிஜன். (ஸ்டிரோக்ஸ் என்பது இதைத்தான்)

- பாராட்டலாம். ஆனாலும், ஒரேயடியாக போய்விடக் கூடாது. கூடுதல் எதிர்பார்ப்புகளை தெரிவித்துக் கொண்டேயிருக்க வேண்டும். உலகில் ‘பெஸ்ட்’ என்கிற இறுதி நிலை எதிலும் கடைசி மனிதன் இருக்கிற வரை வர முடியாது. எதனையும் தொடர்ந்து மேம்படுத்த முடியும். மக்களிடம் இருந்து மேம்பாடுகளைத் தொடர்ந்து வரவழைக்க வேண்டும்.

9

வேலை சிறக்க சில ஆலோசனைகள்

நிறுவனங்களையும் மனிதர்களையும் புரிந்துகொள்வது

மேலதிகாரிகளும் மேலாளர்களும்தான் ஊழியர்கள் வேலைகளைச் செய்து முடிப்பதற்குப் பொறுப்பு. அதனால் அவர்களுக்கு நிறுவனங்கள் அதிகாரங்கள் கொடுக்கும். அவர்கள் சொல்வதை ஊழியர்கள் கேட்கவேண்டும். அதன்படி வேலை செய்ய வேண்டும்.

எல்லா மேலதிகாரிகளும், தங்களின் ஆணைகள் நிறைவேற வேண்டுமென்றே நினைக்கிறார்கள். அப்படி எல்லாம் சரியாக நடந்து விட்டால் பிரச்னையே இல்லை. ஆனால் அப்படி நடக்காது. அதற்கு பல காரணங்கள் உண்டு. அவற்றில் சிலவற்றை மட்டும் பார்ப்போம்.

1. யார், எவர்?

குறிப்பிட்ட நபரிடம் நமக்கு காரியம் ஆகவேண்டுமென்றால், அவருக்கு வேண்டிய ஒருவரை அணுகினால், திருப்தி செய்தால் போதும் என்பதுபோல சொல்வார்கள். எங்கே தொட்டால் விளக்கெரியும் என்று ஓரளவுக்கேனும் நமக்கும் தெரியும்.

நிறுவனங்கள் வழங்கியிருக்கும் வெளிப்படையான அதிகாரங்கள் மட்டுமே சில சமயங்களில் சிலரிடம் எடுபடாது, செல்லுபடியாகாது. உதாரணத்துக்கு தொழிற்சங்கத் தலைவர்கள். அவர்களும் ஊழியர்கள்தான். வாங்குகிற ஊதியத்துக்கு அவர்களும் வேலை செய்தாக வேண்டும். ஆனால் அவர்களிடம் அந்தக் குறிப்பிட்ட விதியை மட்டும் எடுத்துச் சொல்லி வெற்றி பெற்று விட முடியாது. அவர்கள் வேறு பிரச்னைகளைச் சொல்லலாம். அவர்களிடம் பேச வேறு வழிகள் வேண்டும்.

வேறு சில ஊழியர்கள் இருப்பார்கள். அவர்கள் வேலை செய்யத் தயார். ஆனால் ஏனோ தயங்குவார்கள். ஒதுங்குவார்கள். அவர்கள் யாருக்கோ பயப்படுகிறார்கள் என்று பொருள். எதற்கோ கட்டுப்பட்டு, அதன் காரணமாக செய்யும் வேலையைக் குறைக்கிறார்கள். அவர்களை செயலாற்ற வைக்க எதைச் செய்ய வேண்டும் என்று யோசிக்கலாம்.

ஊழியர்கள்தான் மறுப்பார்கள் என்றில்லை. சில சமயங்களில் அதிகாரிகள் கூட வாடிக்கையாளர் உட்பட பிறருக்கு செய்து கொடுக்க முடியாது என்பார்கள். எதையாவது காரணமாகச் சொல்லுவார்கள். முடியாது என்று முரண்டுபிடித்து, அது நியாயம் என்றும் பேசுவார்கள்.

உண்மையான காரணம் அவர்களாக இருக்க வேண்டிய அவசியமில்லை. அவர்களால் வேலை வாங்க முடியாத சிலர் அவர்களுக்குக் கீழ் இருக்கலாம். நம்மிடம் ஒப்புக்கொண்டு விட்டு, அந்த வேலையை தன் குழுவிடம் செய்யச் சொல்ல, குழுவில் இருக்கும் ஒருவரோ, ஒரு சிலரோ முடியாது எனலாம். சண்டை போடலாம். இவர்களால் சமாளிக்க முடியாது.

2. எல்லா மனிதர்களும் ஒன்றல்ல

ஒரே துறைதான். ஒரே மாதிரி வேலைதான். குறிப்பிட்ட பதவியில் பலரையும் வேலைக்கு அமர்த்தியிருப்பார்கள். செக்ரெட்டரி அல்லது இன்ஜினியர் அல்லது கிளார்க் அல்லது சேல்ஸ் எக்ஸிகியூட்டிவ் அல்லது கௌண்டர் பாய் அல்லது கேர்ள். ஒரே வேலையில் பலர் இருக்கலாம். ஒரேவித தகுதி அடிப்படையில் தேர்வு செய்யப்பட்டு, ஒரே அளவு ஊதியம் தரப்படுபவர்களாக இருக்கலாம். ஆனால்...

அவர்கள் அனைவரும் ஒன்றல்ல. ஒரே மாதிரியானவர்கள் அல்ல. அவர்களுடைய ஊக்கங்களில், வேலைத் திறன்களில் அவர்கள் பெரிதும் வேறுபடலாம்.

சில வேலைகளை ஒரு சிலரால் மிகச் சிறப்பாகச் செய்ய முடியும். அவர்களை கண்டுணர்ந்து அவர்களிடம் கொடுக்க, வேலை நடக்காது, பறக்கும்.

3. எவர் வேலையை எவர் செய்வது?

சில ஆண்டுகளுக்கு முன் மருத்துவர் ஒருவர் சொன்னது இன்னும் எனக்கு நன்றாக நினைவிருக்கிறது. கீழ் தாடையில் இருக்கும் கடைவாய் பல் ஒன்று சொத்தையாகி, அதனை நீக்கியாகி விட்டது. ஒரு கடைவாய்ப் பல்தானே. அது இல்லாமலே வேலை நடக்கிறதே என்று அதற்கு ஒரு செயற்கைப் பல் கட்டாமல் விட்டுவிட்டேன். சில ஆண்டுகளுக்குப் பிறகு கொட்டாவி விட்டால் தாடை சிக்குகிறது வலிக்கிறது என்று அவரிடம் கேட்கப் போயிருக்கையில் அவர் சொன்னார், அந்தப் பல்லை கட்டாததுதான் அதற்குக் காரணம் என்று.

கீழே ஒரு பல் எடுக்கப்பட்டு அந்த இடம் காலியாக இருக்கிறது. ஆனால் அதற்கு நேர் மேலே, மேல் தாடை கடைவாய் பல்லால் பிரச்னையில்லை. புவியீர்ப்பு சக்தியின் காரணமாகவும், அந்தக் கீழ் தாங்குகிற தடுக்கிற பல் இல்லாத காரணத்தாலும், அந்த மேல் பல் வேகமாகவும் கூடுதலாகவும் கீழ்நோக்கி வளர்ந்திருக் கிறது. அதுதான் பிரச்னை என்றார். அட! என்றிருந்தது எனக்கு.

நிறுவனங்களிலும் இந்த நிலை வரலாம். எவரோ ஒரு குறிப் பிட்ட நபர் வேலையில் இருந்து விடுபட, சமயத்தில் அவ ருடைய காலியிடம் நிரப்பப்படாமலேயே இருக்கும். நிர்வாக மும், ‘பரவாயில்லை! ஒருவர் இல்லாவிட்டாலும், அவர் செய்து வந்த வேலை நடக்கிறதே!’ என்று மகிழ்ந்து விட்டுவிடலாம்.

அந்த வேலையை வேறு எவரோ செய்கிறார். அவராக அந்த இடத்தின், அந்த வேலையின் பெருமை/அதிகாரம் அது தரும் வாய்ப்புகள் காரணமாக செய்யலாம். ஆனால் அதனால் பக்க விளைவுகள் இல்லாமல் போகாது.

எவர் செய்ய வேண்டிய வேலையை எவரை வைத்து செய்து கொள்கிறோம் என்பதையும் பார்க்க வேண்டும். அந்த நேரம்

அந்த வேலை முடிந்தால் போதுமென, ஆர்வம் காட்டும் வேறு எவரிடமோ கொடுப்பது ஆபத்தில் முடியலாம்.

அதே மருத்துவர் ஒரு சிறிய செயற்கைப் பல் செய்து காலி யிடத்தில் பொருத்தினார்.

'மென்று சாப்பிடலாம், பாதகமில்லை. கடினமான பொருள்கள் வேண்டாம்'

'ஏன் டாக்டர்?'

'சில காலமாக அந்தக் குறிப்பிட்ட இடம் பயன்படுத்தப்பட வில்லை. அதன் மீது அழுத்தமோ, உராய்வோ இல்லை. அதனால் அங்கே ரத்த வரத்து குறைந்திருக்கும். (உடம்பு தேவை யற்றவைகளுக்கு ரத்தம் சப்ளை செய்வதில்லை.) ஆனால் நாம் இப்போது ஒரு பல்லை வைத்து, அதை பயன்படுத்தப் போக, மெல்ல மெல்ல சப்ளை உருவாகும்.'

காலியாக இருந்த இடத்தில் எவரும் நியமிக்கப்படாவிட்டால், அந்த வேலையின் சில தவிர்க்கமுடியாத பகுதிகளை வேறுபலரும் செய்வார்கள். பின்னர் மீண்டும் அந்த காலியிடம் நிரப்பப்பட, அங்கு வரும் புதிய நபர் மெல்ல மெல்ல வேலை செய்வார் என்பதைப் புரிந்து கொள்ள வேண்டும். புதியவர், தன் வருகையை நிறுவனத்தில் உள்ள தொழிலாளர்களுக்குப் புரிய வைக்க வேண்டும். அவர்கள் மனதில் பதியவைக்க வேண்டும். அதன்பிறகே அவருக்கு உரிய அங்கீகாரம் கிடைக்கும்.

4. வாய்ப்பிருந்தால்தான் செய்வார்கள்

ஒரு வேலையை ஒருவர் செய்தாலே போதும், முடியும் என்கிற நிலையிருக்கலாம். அங்கே கூடுதல் நபர்கள் தற்செயலாக வேலையில் இருக்கலாம். இருவருக்குமே போதிய அளவு வேலைகள் இல்லாமல் இருக்க, அவர்களை 'செய், செய்' என்று விரட்டினால் என்ன செய்வார்கள்?

அல்லது ஒருவருக்குக் கீழ் ஒருவராக இருவர் வேலையில் இருக்கலாம். மேலே இருப்பவருக்கே போதிய வேலை (பளு) இல்லையென்றால், அவர் கீழிருப்பவரின் வேலையில் சிறிதைச் செய்யத்தான் செய்வார். இதனால் கீழிருப்பவருக்கும் வேலை பற்றாக்குறை ஏற்படலாம். அங்கேயெல்லாம், விரட்ட முடியும், ஊக்கப்படுத்த முடியாது.

ஆனால் அவர்கள் இருவரில், எந்த ஒருவர் வேலை விட்டுப் போனாலும், நீண்ட விடுப்பில் போனாலும், அடுத்தவர் கூடுதலாகச் செய்ய முடியும்.

5. என்ன செய்ய வேண்டும் என்று தெரிவிக்க வேண்டும்

சிலருக்கு தொடர்ந்து சொல்லப்படும் தகவல்கள், அளிக்கப்படும் உத்திரவுகள் ஊக்கமளிக்கும். அவர்களோடு நாம் பேசாவிட்டால், அவர்களும் செய்கிற வேலையை நிறுத்தி விடுவார்கள்.

சில நிறுவனங்களில் 'மார்னிங் மீட்டிங்' என்று ஒன்று உண்டு. குறிப்பாக வெற்றிகரமான தொழிற்சாலைகளில் ஒவ்வொரு தினமும், வேலையைத் தொடங்குவதற்கு முன் அதிகாரிகள் தங்களுக்குள்ளேயும், பிறகு தங்கள் குழுவினருடனும் ஒரு கூட்டம் நடத்துவார்கள். மிகக் குறுகிய நேரமே (15 முதல் 30 நிமிடங்கள் வரை) நடக்கும் இந்த கூட்டங்களில் முன்தினம் நடந்தது என்ன? இன்று, இன்றைய ஷிப்டில் நடக்க வேண்டியது என்ன என்பனவற்றை மட்டும் சுருக்கமாகப் பேசுவார்கள். தெரிவிப்பார்கள். இது சுருக்கமாகத்தான் இருக்க வேண்டும். அதனை உறுதிப்படுத்துவதற்காக, இந்தக் கூட்டத்துக்கு வருபவர்களை சில நிறுவனங்களில் உட்காரக் கூட விடுவதில்லை. மீட்டிங் பெயரே 'ஸ்டாண்டிங் மீட்டிங்'தான்.

6. தண்டனைகள் கொடுத்து எவரையும் சிறப்பாகச் செயல்பட வைக்க முடியாது

பயமுறுத்தி வேலை வாங்கும் காலம் கடந்த காலமாகிவிட்டது. வாய்ப்புகள் பெருகி விட்டது மட்டுமல்ல காரணம், மக்களுக்கு தங்களைப் பற்றிய மதிப்பு தெரிந்திருக்கிறது. அதற்கு முக்கியத் துவம் கொடுக்கும் தைரியமும் இருக்கிறது. அவர்கள் சுதந்தர மாகச் சிந்திக்கிறார்கள். மதிப்புடன் வாழ விரும்புகிறார்கள். கூழைக் கும்பிடு, பயந்து சாவதென்கிற காலமெல்லாம் மலை யேறியாகி விட்டது.

விரும்பிச் செய்யும்போதுதான் வேலைகள் சிறக்கின்றன. அவர் கள் முடிவு செய்துவிட்டால் எதுவும் செய்கிறார்கள். அவர்களை விருப்பமுடன், ஆர்வமுடன் வேலை செய்ய வைக்க வேண்டும். அப்படி அவர்கள் செய்ய வேண்டுமென்றால், அவர்கள் அவர்களுடைய நிறுவனத்தை, நிர்வாகத்தை மேலாளர்கள் நம்ப

வேண்டும். அந்த நம்பிக்கை ஏற்படுத்துமாறு அவர்கள் நடந்து கொள்ள வேண்டும். எங்கே ஊழியர்கள் அவர்களுடைய நிறுவனத்தை நம்புகிறார்களோ, அங்கே வேலை தடையின்றி நடக்கும். சிறப்பாகவே நடக்கும்.

7. நம்பிக்கை ஏற்பட, அவர்களுடன் நெருக்கமாகப் பழக வேண்டும்

மேஸ்லோவின் தேவைகளின் அடுக்கு தியரியைப் புரிந்து கொண்டால், எதனால் சிலர் அதிக முயற்சிகள் எடுப்பதில்லை என்பதையும் புரிந்து கொள்ளலாம். சில கல்லூரி மாணவர்கள் ஏன் படிப்பில் அதிக முயற்சி எடுப்பதில்லை என்கிற உதா ரணத்தை எடுத்துக் கொண்டால், பிரச்னை அந்த ஐந்து கட்டங் களில் எதில் வேண்டுமானாலும் இருக்கலாம்.

நிறுவனங்களில் பணி செய்வோருக்கும் அதே பிரச்னைகள் இருக்கலாம். பொதுத்துறை வங்கிகளில் பணியாற்றும் சிலருக்கு நான்காவது கட்டத்தில் விருப்பமில்லாமல் இருக்கலாம். பதவியுயர்வு பெற்றால், வெளியூருக்கு / வெளிமாநிலத்துக்கு மாற்றல் தந்து விடுவார்கள் என்று அதனை விரும்பாமல் இருப்பார்கள்.

இப்படிப்பட்ட நிலையில் அவர்களை ஊக்கப்படுத்த 'பதவி யுயர்வு' என்கிற மருந்து வேலை செய்யாது.

8. நல்லவர்கள் வல்லவர்களாகவே பார்க்க வேண்டும்

குறைகள் கண்டுபிடிப்பதில் சிரமமிருக்காது. எவரிடமும் கண்டுபிடித்து விடலாம். அதையே பெரிதுபடுத்தாமல் அவர்கள் செய்கிற சரியானவற்றின் மீது கவனம் செலுத்த வேண்டும்.

தவறு என்பதை எப்படி கண்டுகொள்ளாமல் விடமுடியும் என்று தோன்றலாம். அதற்குக் காரணமிருக்கிறது. ஒருமுறை தவறு செய்தால், அதைப் பற்றி நாமும் பேசிவிட்டால், அது பதிவானதற்கு ஒப்பு. அதன்பிறகு அதனை அழிப்பது முடியாது. சிறிய கறையாகவே இருக்கும். அதனை கவனியாது விடுவதன் மூலம், நம்மவர்களை நாம் பெரிய மனிதர்களாகவே இருக்க விடுகிறோம். அந்தப் பெருமிதம் அவர்களிடம் மாற்றத்தை உருவாக்கும்.

'அவர்கள் தவறு செய்துவிட்டார்கள். அவர்களை வேண்டு மானால் குற்றம் சொல்லாமல் விடலாம். ஆனால் தவறே நிகழாததுபோலவா நடந்துகொள்ள முடியும்! அது மேலும் தவறுகள் நிகழ வழிகோலாதா?'

சரியான கேள்விதான். பதில் - அப்படிப்பட்ட தவறுகளைப் பற்றி பேசத்தான் வேண்டும். ஆனால் பழி அவர்கள் மேல் மட்டுமல்ல, மற்றவர்களும்தான் காரணம் என்பதுபோல கூட இல்லை, அந்தத் தவறுக்கு நாம் தான் காரணம் என்று பழி ஏற்றுக் கொள்ளலாம். அவருக்கு சரியான பயிற்சி கொடுக்காதது, புரியும் விதம் சொல்லிக் கொடுக்காதது, சரியான இடுபொருள் (ரா மெட்டீரியல்) கொடுக்காதது, போதிய அவகாசம் கொடுக்காதது என்று எவ்வளவோ (உண்மையிலேயே) இருக்கும். அவற்றை முயன்று (ஆமாம், சிரமமாகத்தான் இருக்கும்) கண்டுபிடித்து சொல்லலாம். இப்படிச் செய்ய, அவர், 'இல்லை. இல்லை. நான்தான் காரணம்' என்பார். அத்துடன் (நல்லதாகப் போயிற்று என்று) விட்டுவிடாமல், தொடர்ந்து பழியை நம் மீது போட்டுக் கொள்ளலாம். அல்லது யார் மீது தவறு என்று பேசுவதைத் தவிர்த்துவிட்டு, எது தவறு, ஏன் நிகழ்ந்தது, இனி எப்படி தவிர்க்கலாம் என்பதுபோல ஆராயலாம்.

நிகழ்ந்த தவறைப் பற்றி பேசிக் கொண்டேயிருப்பதை விட்டுவிட்டு, அடுத்து செய்ய வேண்டியது என்ன என்பதற்கு உடனடியாக நகர்ந்து விடலாம். அடுத்த முறை இப்படி நிகழாது என்கிற நம்பிக்கை காட்டும் விதமாகப் பேசுவது நடந்து கொள்வது பலனளிக்கும்.

9. சரியாகச் செய்வதையெல்லாம் கண்டுகொள்ள வேண்டும்

தவறுகளை எல்லாம் கண்டுபிடிப்பது சிலருடைய வேலை. சரியில்லாதவற்றையெல்லாம் கண்டு சொல்லிக் கொணடே யிருக்க வேண்டாம். அதற்கு நேர்மாறாக செய்ய வேண்டும். Catching Them Right.

கிரியேட்டிவிட்டி பயிற்சிகளில் நான் ஒரு விளையாட்டு செய்வ துண்டு. ஒரே ஒரு நபரை அவர் அனுமதியுடன் வகுப்புக்கு வெளியே போகச் சொல்லிவிட்டு, வகுப்பில் உள்ள மீதி நபர் களிடம், வெளியே போயிருக்கும் அவர் உள்ளே வந்து மேடை யில் நின்றதும், அவர் வலது கை எப்போதெல்லாம் அவருடைய

இடுப்புக்கு மேலே உயர்ந்தாலும், நீங்கள் 'தவறு தவறு' என்று கத்தவேண்டும் என்று சொல்லி வைத்து விடுவேன்.

பின்பு அவரை உள்ளே அழைப்பேன். வகுப்புக்கு உள்ளே பேசிக் கொண்டது அவருக்குத் தெரியாது. இப்போது அவரிடம் , 'அவர்கள் ஒரு வீட்டு உபயோகப் பொருளை மனதில் நினைத்திருக்கிறார்கள். அதன் பெயரை வாய்விட்டுச் சொல்ல மாட்டார்கள். நீங்கள் வாயால் பேசக்கூடாது. உங்கள் சைகைகளால், அந்தப் பொருளை செய்து காட்டி, அதுதானா என்று அவர்களிடம் உறுதிப்படுத்த வேண்டும்' என்பேன்.

அவர் மிக்ஸி என்று நினைத்து மிக்ஸியை செய்து காட்டுவார். அதைச் செய்யும் நேரம் கைகள் சற்று உயருமே. என்ன நடக்கும்?

'தவறு, தவறு' என்று கூட்டம் கத்தும். ஓகோ மிக்ஸி இல்லை போல என்று நினைத்துக் கொண்டு, அடுத்து பீரோ போல செய்து காட்டிக் கேட்க முயற்சிக்க, இடுப்புக்கு மேல் வலது கை வராமலா போகும். பலரும் கத்துவார்கள் - தவறு தவறு. பாவம் மனிதர், குழம்பிப் போய்விடுவார்.

அப்படி எதைச் செய்தாலும் தவறு தவறு என்று கத்தும் கூட்டத் தினரைப் போல, சில மேலாளர்கள் நடந்து கொள்வார்கள். ஊழியர் எதைச் செய்தாலும், என்ன, ஏது என்று விபரம் தெரிவிக்காமல் சொல்லுவார்கள், தவறு தவறு.

இது தவறு. இந்த அணுகுமுறை செயல்பாட்டை ஊக்கு விக்கவே செய்யாது. தவிக்க விட்டுவிடும்.

10. எது சரி என்பதை குறிப்பாகச் சொல்ல வேண்டும்

நன்றாகச் செய்தீர்கள் என்றால் மகிழ்வார்கள். ஆனால் அதை மீண்டும் செய்வார்களா என்று சொல்ல முடியாது. முன்பு பார்த்த பெர்செப்ஷன் நினைவிருக்கலாம். அவரவர் எண்ணப்படி எது சரியாகச் செய்யப்பட்டது என்று அவர்களாக எதையாவது முடிவுசெய்து கொள்ளலாம். நாம் நினைத்த சரியானதை புரிந்து கொள்ளாமல் போகலாம்.

ஒரு நிறுவனத்துக்கு வெளிநாட்டினர் ஒருவர் விருந்தினராக வந்தார். நிறுவனம் சார்பாக அவருக்கு இரவு விருந்து அளிக்கப் பட்டது. அதில் நிறுவனத் தலைவர் மற்றும் விருந்தினர்.

இரண்டே நபர்கள்தான். உணவு பரிமாறிய பின் மேசை மீது ஒரு தட்டில் பலாச் சுளைகளையும், மற்றொரு தட்டில் இரண்டு வாழைப் பழங்களையும் வைத்தார்கள். இரண்டு தட்டுகளும் இருவருக்கும் மத்தியில் வைக்கப்பட்டன.

அந்த வெளிநாட்டவர் பழங்களை உடனே எடுத்து சாப்பிடவில்லை. பேசுவதும், பழங்களை சற்றுக் குழப்பத்துடன் பார்ப்பதுமாக இருந்தார் (என்று நம்மவர் நினைத்தார்).

பத்து நிமிடங்கள் ஆகியும் விருந்தினர் சாப்பிடாததால், நம்மவர், நாம் ஒரு பழத்தை எடுத்துச் சாப்பிட்டால் (சாப்பிட்டுக் காண்பித்தால்) விருந்தினர் தன்னால் சாப்பிடுவார் என்று நினைத்து, ஒரு பலாச் சுளையை எடுத்தார். உள்ளே கொட்டை இருந்தது. பலாக் கொட்டையை மெதுவாக பிய்த்து எடுத்து, தட்டில் வைத்து விட்டு, சுளையை சாப்பிட்டார்.

இதை பார்த்த வெளிநாட்டவர், தன்பக்கம் இருந்த தட்டை மெல்ல இழுத்தார். அதிலிருந்த பூவன் வாழைப்பழத்தை பிய்த்து எடுத்தார். தோலைக் கவனமாக உரித்தார். உரித்து, பழத்தை தட்டில் போட்டுவிட்டு தோலைச் சாப்பிட ஆரம்பித்தார். வெளிநாட்டவர் வாழைப்பழத்தையும் (அதே மஞ்சள் நிறத் திலும் இருந்ததாலும்) அதேபோலச் சாப்பிட வேண்டும் என்று பார்த்து உணர்ந்து சாப்பிட்டார்.

விளக்கிச் சொல்லாமல், அவர்களாகப் புரிந்து கொள்வார்கள் என்று விட்டால் இப்படியும் நடக்கும் ஆபத்துண்டு. அவர்கள் செய்ததில் எது சரியாக இருந்தது என்று மட்டும் சொல்ல வேண்டும். குறிப்பாக எது என்று சொல்வது, அதனை மீண்டும் செய்ய உதவி செய்யும்.

அவர்கள் அதைச் செய்ததால் நாம் எப்படி மகிழ்ந்தோம் என்றும் சொல்ல வேண்டும். தொடர்ந்து அப்படியே செய்யுங்கள் என்று சொல்லிவிட்டால், அந்தச் செயல் மீண்டும் செய்யப்படுவது படு உறுதி.

10

மோட்டிவேஷன் வழிமுறைகள்

சரியான புரிதல்

சரியானவர்களை வேலைக்கு எடுப்பது மட்டுமே முக்கியம். அதை செய்துவிட்டால் போதும் எல்லாம் தன்னால் நடக்கும் என்று நினைத்துக் கொண்டிருப்பவர்கள் தோற்பார்கள். தானாகச் செய்பவர்கள் நூற்றில் ஓரிருவர் மட்டுமே. எவருக்கும், நிறுவனம், மற்றும் அவர்களுடைய பொறுப்பாளர்களின் உதவியும் அனுசரணையும் கண்டிப்பாகத் தேவை.

புதியதாக வேலைக்குச் சேர்ந்தவர்களுடன், அவர்களுடைய உடனடி மேலதிகாரிகள் கட்டாயம் நேரம் செலவழிக்க வேண்டும். அவர்களைப் பற்றி தெரிந்துகொள்ள வேண்டும். அவர்களுக்கு நிறுவனம், சேர்ந்திருக்கும் துறை (டிப்பார்ட் மெண்ட், செக்ஷன்) பற்றி எடுத்துச் சொல்ல வேண்டும்.

புதிய வாகனம் வாங்கினால், கைபேசி வாங்கினால், தொலைக் காட்சிப் பெட்டி போன்ற உபகரணங்களை வாங்கினால் அதில் உள்ள வேறுபாடான அம்சங்கள் என்ன என்று தெரிந்து கொள் வது போலவே, இங்கேயும் ஒரு சரியான அறிமுகம் அவசியம். 'இன்டெக்ஷன்' என்று பெரிய நிறுவனங்களில் ஓர் ஏற்பாடு

வைத்திருக்கிறார்கள். நிறுவனம், அதன் வரலாறு, சாதனைகள், அதன் முக்கிய மதிப்பீடுகள், வியாபாரங்கள் பற்றி புதிதாக வேலையில் சேர்ந்தவர்களுக்கு தெரிவித்துவிடுவார்கள். பிற துறைகளுக்கும் அழைத்துச் சென்று நேரடியாக காட்டுவார்கள், அறிமுகம் செய்துவைப்பார்கள். இவ்வளவும் செய்த பிறகும் கூட இரு வேறு நபர்களுக்கு இடையே 'தனி நபர் பரஸ்பர பேச்சுக்கள்' இல்லாமல் போகலாம்.

மேலதிகாரியும் ஊழியரும் ஒருவரை ஒருவர் சரியாகப் புரிந்து கொள்ளவேண்டும். அது வேலை சிறப்பாக நடைபெறுவதற்கு அவசியம்.

இது தொடர்பாக நான் சந்தித்த இரண்டு நிகழ்வ்வுகளைச் சொல்லுகிறேன். முதலாவது சரியாக நடக்காதது பற்றி.

அனுஷா என்று ஒரு பெண். வேலைக்குச் சேர்ந்த ஒரு வாரத்தில் மனித வளத்துறை தலைவரான என் அறைக்கு வந்தார். வந்த நேரம், காலை மணி 9.05. அதாவது நிறுவன வேலை நேரம் தொடங்கிய ஐந்தாவது நிமிடம்.

'உள்ளே வரலாமா சார்?'

அப்போதுதான் எனது கம்ப்யூட்டரில் முக்கியமான மின்னஞ்சல் ஒன்றுக்கு பதில் எழுதிக் கொண்டிருந்தேன்.

'வாருங்கள்.'

வந்தார். தயங்கியபடி நின்றார். உட்காரச் சொல்லி சைகை காட்டினேன். பின், 'இரண்டு நிமிடம் பொறுத்திருக்க முடியுமா? பரவாயில்லையா?' என்றேன்.

'தாராளமாக சார். '

உட்கார்ந்து கொண்டார். மின்னஞ்சலை தட்டச்சு செய்தபடியே அவ்வப்போது நிமிர்ந்து அவர் முகத்தைப் பார்த்தேன் பதட்டமும் குழப்பமும் தெரிந்தது. மின்னஞ்சலை அனுப்பிவிட்டு அவரைப் பார்த்தேன்.

'என்ன விஷயம்?' என்றேன்.

'நான் வேலையை ராஜினாமா செய்ய என்ன வழிமுறை?'

அவர் எடுத்தவுடன் இப்படிக் கேட்டதும் சற்று அதிர்ந்துதான் போனேன். மெதுவாக விசாரித்ததும் அவர் சொன்னது இதுதான்.

நான் காலையில் 9 மணிக்கெல்லாம் சரியாக வேலைக்கு வந்து விடுவேன். மாலை 6 மணியுடன் வேலை நேரம் முடிகிறது என்று ஹெச்.ஆரில் (மனிதவளத் துறை) சொன்னார்கள். ஆறல்ல, ஆறரைக்குத்தான் கிளம்புகிறேன். சமயத்தில் ஆறேமுக்கால், ஏழு கூட ஆகிவிடும். ஆனால் மறுநாள் காலை வந்ததிலிருந்து மேலாளர் என்மேல் எரிந்து விழுவார். 'ஆறு மணி ஆனா பையத் தூக்கிக்கிட்டு கிளம்புறீங்க' என்று எல்லோர் முன்னாலும் குத்திக் காட்டிப் பேசுகிறார்.'

பேச விட்டேன். பொங்கினார். விசும்பினார். பின் மெதுவாக அடங்கினார். எங்கிருந்து வருகிறீர்கள் என்றேன். பெரம்பூர் தாண்டி ஏதோ ஒரு நகரின் பெயரைச் சொன்னார்.

அலுவலகத்தில் இருந்து மாலை 6.30க்குக் கிளம்பி ஒரு ஷேர் ஆட்டோவில் நுங்கம்பாக்கம் ரயில் நிலையம் போகவேண்டும். அங்கிருந்து ரயில் பிடித்து பெரம்பூர் ரயில் நிலையத்தில் இறங்க வேண்டும். அங்கே அவருக்காக தந்தை ஸ்கூட்டருடன் காத்திருப்பார். அவர் வண்டியில் ஏறி வீட்டிற்குப் போக வேண்டும்.

போய்ச்சேர சில நாள்களில் பத்து மணி கூட ஆகிவிடும். மீண்டும் மறுநாள் காலை ஏழே காலுக்குக் கிளம்பினால்தான் அலுவலகத்துக்குச் சரியான நேரத்துக்கு வரமுடியும் என்றார். சொல்லும்போதே கண்களில் கண்ணீர்.

'வேலையை விடுகிறேன் என்கிறீர்களே! வேறு வேலை பார்த்து விட்டீர்களா?'

'இல்லை.'

'பிறகு?'

'பரவாயில்ல சார், இவர்கிட்ட வேலை செய்ய முடியாது.'

அவரிடம் ஒரு வாரம் பொறுத்திருக்கச் சொல்லி விட்டு, அவர் மேலாளரை தனியே சந்தித்து நேரம் வாங்கி, இவரை வரச் சொல்லி, இவர் வீட்டில் இருந்து கிளம்புவதையும் போய்ச் சேருவதையும் அவர் முன்பாக சொல்ல வைத்தேன். மேலாள ருக்கும் ஆச்சரியம்.

'வீடு போக இரவு 9.30 ஆகி விடுகிறதா என்ன? மீண்டும் காலையில் 7.15க்கு கிளம்ப வேண்டியுள்ளதா!'

மேலாளரின் பேச்சில் வேறுபாடு தெரிந்தது. முக்கியமாக முடித்தே ஆகவேண்டிய வேலையிருக்கும் நாள்கள் தவிர மீதி நாள்களில் அவர் 6.30க்குக் கிளம்பி விடலாம். அனுமதிக்காக காத்திருக்கவேண்டாம் என்று முடிவு செய்துகொண்டோம்.

அதன்பின் சில ஆண்டுகள் ஓடிவிட்டன. அவர் சிறந்த ஊழியராக பணிபுரிகிறார். பதவி உயர்வும் பெற்றிருக்கிறார். சேர்ந்த ஒரே வாரத்தில் வேலையைவிட, என்ன வழிமுறை என்று கேட்டவர்.

இரண்டாவது அனுபவம்.

தொழிற்சாலை ஒன்றின் உற்பத்தி கூடம் ஒன்றின் பொறியாளர் ஒருவரின் மேலதிகாரி கொஞ்சம் கெடுபிடியானவர். மேலதிகாரி பெயர் குமரேசன் (என்று வைத்துக் கொள்வோம்). குமரேசனிடம் பணியாற்றிய பொறியாளர் ரமேஷ் படாத பாடுபட்டார். எப்போதும் பிரச்னைதான். கடைசியில் ஒத்துவராமல் இறுதியாக வேலையை ராஜினாமா செய்து விட்டார்.

ரமேஷ் இடத்தில் வேறு ஒருவரை முயற்சி செய்து தேடி வேலைக்கு எடுத்தோம். புதிய பொறியாளர் பெயர் ஆனந்த்.

வேலைக்கு சேர்ந்தமுதல் நாள், ஆனந்துடன் நான் இரண்டு மூன்று மணி நேரங்கள் பேசினேன். அவரைப் பற்றி கூடுதலாக தெரிந்து கொண்டேன். எனக்கு ஆனந்தின் மேலதிகாரியான குமரேசன் பற்றி நன்றாகவே தெரியும்.

இந்த வேலையில் நிலைத்திருக்க, வெற்றி பெற மேலே வர குமரேசனின் அபிப்ராயம் எவ்வளவு முக்கியம் என்று ரமேஷிடம் எடுத்து விளக்கினேன். குமரேசன் தன் ஊழியர்களிடம் எதிர்பார்ப்பவை என்ன என்றும் விபரமாக எடுத்துச் சொன்னேன்.

'அவர் அனுப்பும் மெயில்களுக்கு உடனுக்குடன் பதில். அல்லது குறைந்தபட்சம், பின்பு பதில் எழுதுகிறேன் என்றாவது மெயில் அனுப்ப வேண்டும். குமரேசனுக்கு மெயில்கள் முக்கியம்.

குமரேசன் மாலை ஐந்து மணி வரை அவரே செய்ய வேண்டிய அலுவலக வேலைகளைப் பார்ப்பார். தவிர, அவருடைய மேலதிகாரிகள் சொல்வதையும் அவர் செய்ய வேண்டி

யிருக்கும். அதனால், மாலை 5 மணிக்குமேல்தான் அவருக்குக் கீழ் உள்ள உற்பத்திக் கூட பொறியாளர்களை அழைப்பார், பேசுவார். அப்படிப்பட்ட மீட்டிங்குகள் சமயத்தில் இரவு, ஒன்பது, பத்து மணி வரைகூட போகும். அவரிடம் வேலை செய்பவர்கள் இதில் ஒத்துப்போவது மிக அவசியம். 'வீட்டிற்குப் போக வேண்டும். வேலையிருக்கிறது' என்று அவர் அழைக்கும்போது சொன்னால், அவருக்குப் பிடிக்காது.'

'அப்படியென்றால், காலை நேரம்? பணிக்கு வரும் நேரம்?'

'அது அவர் பிரச்னையில்லை. நேரத்துக்கு வரவேண்டும் என்றோ, வேண்டாம் என்றோ சொல்ல மாட்டார். அது உங்கள் விருப்பம். உங்கள் பொறுப்புகளை நீங்கள் நிறைவேற்றும் சாமர்த்தியம்.

அவரைத் தாண்டி அவருக்கு மேலே போகும் விபரங்கள் பற்றி அவருக்குத் தெரிந்திருக்க வேண்டும். அவர் அறியாமல் ஏதும் அவருடைய மேலதிகாரிகளுக்குப் போய்விட்டால் அவருக்குப் பிடிக்கவே பிடிக்காது.'

'சரி.'

ஆனந்த் எல்லாவற்றையும் உன்னிப்பாகக் கேட்டுக் கொண்டார். ஆனந்த் வேலைக்குச் சேர்ந்து மூன்று ஆண்டுகள் சென்ற பிறகு நான் அவரை மீண்டும் சந்திக்க நேர்ந்தது. அப்போது ஆனந்த் நிறுவனத்தில் பெரிய வெற்றியாளர். சந்தோஷமாக பேசிக் கொண்டிருந்தபோது சொன்னார், 'என் வெற்றி ரகசியங்களில் ஒன்று, என் மேலதிகாரியை மிகத் துல்லியமாகப் புரிந்து கொண்டதுதான்.'

நான் முன்பு அவருக்கு அவருடைய மேலதிகாரி குமரேசன் பற்றியும் அவரது எதிர்பார்ப்புகள் குறித்தும் விபரமாகச் சொல்லியதை மிக உபயோகமான 'இன்டக்ஷன்' என்றார்.

ஒரு கார் இருக்கிறது. அது குறிப்பிட்ட விதமாகவே சாய்ந்து சாய்ந்து ஓடும். அதில் ஏறி எவரையும் அமர வைத்து ஓட்டச் சொன்னால், காரின் தன்மைகள் பற்றி அவருக்குச் சொல்லத் தானே வேண்டும்?

இது நான் பெற்ற இரண்டாவது பாடம்.

நம் எதிர்பார்ப்புகள் பற்றி நாமே சொல்லலாம். தெளிவாக. எது சரி, எது பிடிக்காது என்பதைச் சொல்லுவதில் தவறில்லை. இடைவெளிகளைக் குறைக்க நிறுவனங்களிலும் இந்த புரிதல்கள் அவசியம்.

உன்னால் முடியும் தம்பி

பெற்ற பிள்ளைகளோ, மாணவிகளோ, தன் பொறுப்பில் உள்ள ஊழியர்களோ, அவர்களிடம் பேசும் பேச்சுகளில் நம்பிக்கை காட்ட வேண்டும். எதைச் செய்கிறேன் என்றாலும், 'உன்னாலும் முடியும், செய்' என்கிற தொனியில் பேச வேண்டும். முடியாது என்று சொல்ல பல காரணங்கள் இருக்கலாம். முடிவதற்கு ஒன்றிரண்டு சாத்தியங்கள் இருந்தால்கூட போதும். அதைத்தான் சொல்ல வேண்டும்.

1990ல் ஸ்கூட்டர் ஓட்டிக்கொண்டிருந்த நான், கேசல் என்று ஒரு பழைய மாடல் கார் வாங்கியிருந்த சமயம் அது. கார் வாங்கி விட்டேன், ஓட்டத் தெரியாது. என் நண்பர் மேஜர் பொன்னு ரத்தினம் அவர்கள், 'நான் சொல்லித் தருகிறேன்' என்றார். ஒரு ஞாயிறு காலை வீட்டிற்கு வந்தார். காரை எடுத்தார். முன் இருக்கை யில் அவர் அருகில் நான். அதிக ஆள் நடமாட்டமில்லாத, போக்குவரத்து இல்லாத ஓர் இடத்துக்கு ஓட்டிப்போனார்.

இறங்கினார். என்னை ஓட்டுனர் இருக்கையில் அமரச் சொன்னார். தயக்கத்துடன் அமர்ந்தேன். ஓட்டுங்க என்றார். சிறு உதவிகள் (மட்டுமே) செய்தார். என்ன அதிசயம்! வண்டி நகர்ந்தது. 'ம்... ம்... அவ்வளவுதான். நீங்க ஓட்டுறீங்க' என்று மகிழ்ந்தார். தொடர்ந்து ஓட்டச் சொல்ல (தைரியமாக) பக்கத்தில் அமர்ந்திருந்தார். முதல் நாள்தான். கிட்டத்தட்ட அரைமணிநேரம் நான் ஓட்டினேன். கற்றுக்கொண்டேன் என்பதைவிட ஓட்டிப் பழகினேன் என்றுதான் சொல்ல வேண்டும். மிகச் சுலபமாக முடிந்தது அது. கற்றலின் பெருமை முழுக்க மேஜருக்குத்தான். உன்னால் முடியும் என தைரியம் கொடுத்தவர், நம்பிக்கை காட்டியவர்.

முடியும் என்று நம்ப வேண்டும்

அவர்களால் செய்ய முடியும் என்று சொல்வதற்கு, உண்மை யாகச் சொல்வதற்கு சொல்பவர் மனதில் அந்த நம்பிக்கை இருக்க வேண்டும். வெறும் வாய் வார்த்தையாகச் சொன்னால், அது உதட்டளவில்தான் என்பதை முகம் காட்டிவிடும்.

ஒரு நிதி நிறுவனத்தின் கிளை அலுவலகம் அது. கிளை மேலாளர் மணி ஒவ்வொரு ஆண்டும் தனது விற்பனை இலக்கினை (எஃப்.டி.) தவறாமல் முடித்துவிடுபவர் மட்டுமல்ல, அதிகம் சேர்த்தவர் போன்ற பரிசுகளும் வாங்குவார். அந்த ஆண்டு, அவர் வேறு ஒரு கிளைக்கு மாற்றப்பட்டார். திடீரென ஒரு விழாக்கால போட்டி அறிவிக்கப்பட்டது. புதிய இடம், பரிச்சயமில்லாத ஊழியர்கள். என்ன ஏது என்று நிதானிப்பதற்குள் போட்டி தொடங்கிவிட்டது. பலரும் ஓட ஆரம்பித்து விட்டார்கள்.

அவருடைய கிளைக்குக் கொடுக்கப்பட்டிருந்த இலக்கு ரூ.75 லட்சம். ஒரு மாத காலத்துக்குள் சேர்க்க வேண்டும். ஒரு வாரம் ஆகியும் லட்ச ரூபாய்கூட சேர்க்கப்படவில்லை. ஊழியர்களும் புதிய மேலாளருடன் சேராமல் ஏனோ (பெர்செப்ஷன்) ஒதுங்கியே இருந்தார்கள்.

அப்போது நிறுவனத்தினுடைய தலைமையதிகாரியிடம் இருந்து தொலைபேசியில் அழைப்பு என்றார்கள். மணியின் மனத்துக்குள் கொஞ்சம் பதைபதைப்பு. எந்தக் கிளை எவ்வளவு சேர்த்திருக் கிறார்கள் என்கிற விபரம் தினம் தினம் இவரிடம் போகுமே. என் கிளையில் மிகவும் சொற்பத் தொகையே சேர்ந்திருக்கிறது என்பதை கவனித்திருப்பாரே. என் செயல்பாடுகளின் மீது மதிப்பு வைத்திருப்பவர் ஆயிற்றே. தொலைபேசியில் அழைக்கிறாரே. என்ன கேட்பாரோ?

தொலைபேசியை எடுத்தார். ‘குட் மார்னிங் சார்’, ‘குட் மார்னிங். பிறகு, எப்படிப் போகிறது வேலையெல்லாம்?’, ‘நல்லா போகுது சார்.’

‘இன்னும் எவ்வளவு சேர்க்கணும்?’

‘எழுபது லட்சம் சார்’

‘அதெல்லாம் உங்களுக்குப் பெரிய தொகையில்ல, முடிச்சிடு வீங்க. அப்ப இந்த முறையும் பரிசு உங்களுக்குத்தான். சென்னை யில் சந்திப்போம்.’

போனை வைத்துவிட்டார். அன்று இரவு மணியால் உறங்க முடியவில்லை. ‘என் மீது இவ்வளவு நம்பிக்கை வைத்திருக் கிறார். செய்யாததைப் பற்றி தெரிந்திருந்தும் ஏதும் சொல்ல வில்லையே? செய்துவிடுவேன் என்று நிச்சயமாக நினைக்

கிறாரே. என்ன செய்யலாம். எப்படிச் செய்யலாம்? எப்படியும் செய்துவிட வேண்டும்.'

செய்து முடித்தார். எழுவது லட்சமல்ல, ஒரு கோடியே இருபது லட்சம். இரண்டாம் இடம்தான். ஆனாலும் பரிசு பெற்று விட்டார். நம்பிக்கைகள் செய்யும் வேலை என்பது இதுதான்.

எதிர்பார்ப்பு காட்டுவது

என்னை கூட்டங்களுக்கு பேச அழைப்பார்கள். பங்குச் சந்தை அல்லது நேர நிர்வாகம் அல்லது எமோஷனல் இன்டலிஜென்ஸ் போன்றவை தலைப்புகளாக இருக்கும். பல கூட்டங்களில் இந்தத் தலைப்புகளில் பேசியிருக்கிறேன்.

ஒருமுறை பெங்களூரில் ஒரு தனியார் நிறுவனத்தின் விற்பனை யாளர்கள் கூட்டத்துக்கு அழைத்தார்கள். சேகர் என்பவர்தான் பொறுப்பாளர். பேசிக் கொண்டிருக்கும்போது இடையில் அவர் சொன்னார், 'சார் மக்கள் நிறைய எதிர்பார்க்கிறாங்க.' நான் அதை பெரிதாக எடுத்துக் கொள்ளவில்லை.

அடுத்தடுத்த நாள்களில் கைபேசியில் அழைத்து பயண டிக்கெட்டுகள் பற்றி பேசியபோதும் அதையே சொன்னார். 'நிறைய எதிர்பார்க்கிறார்கள்.' அவர் வார்த்தைகளில் உண்மை யான எதிர்பார்ப்பு இருந்ததை உணர முடிந்தது.

நான் அந்தக் கூட்டத்துக்கு கூடுதலாக ஆயத்தம் செய்தேன். ஒரு முறைக்கு இருமுறை சரிபார்த்தேன். வழக்கம்போலவே பேசப் போயிருப்பேன். ஆனால் அவர் திரும்பத் திரும்பச் சொல்ல, என்னுள் ஒரு முனைப்பு வந்தது. கூட்டம் சிறப்பாக போனதல்ல செய்தி. நானே ஒரு சிறப்பான பேச்சினை தயாரிக்க முடிந்தது என்பதுதான் தகவல்.

மேலதிகாரிகள், மேலாளர்கள், பெற்றோர்கள், ஆசிரியர்கள் எல்லாம் தங்கள் நேர்மறையான எதிர்பார்ப்புகளை அவசியம் தெரிவிக்க வேண்டும். அவ்வப்போது தெரிவித்துக் கொண்டே யிருக்க வேண்டும்.

விரும்புவனவற்றைக் கொடுப்பது

கொடுப்பதில் இரண்டு வகைகள் உண்டு. ஒன்று வேலை கொடுப்பது. மற்றொன்று வெகுமதிகள் கொடுப்பது. இரண்டி

லுமே ஒரே அணுகுமுறைதான். பெரிய வெற்றி தரும். அது, விரும்புவதைக் கொடுத்தல். இருக்கிற வேலையைத்தான் கொடுக்க முடியும் என்பது மறுப்பதற்கல்லதான். ஆனால் முனைந்து பார்த்தால், அவர்கள் விரும்புகிற வேலைகளும் இருப்பது தெரிய வரும். கொஞ்சம் முயன்றால் சாத்தியமாகி விடும். விரும்புவதைச் செய்யும்போது, சக்தியும் உழைப்பும் அதிகமாகின்றன. காரணம், கைகால்களுடன் இதயமும் சேர்ந்து கொள்கிறது.

வெகுமதிகளுக்கு மதிப்பு என்பது பெறுபவர் மனதில் இருக்கிறது. புடவையே பிடிக்காத, கட்டாத பெண்களுக்கு என்ன உயர்ந்த விலையில் புடவை வாங்கிக் கொடுத்தால்தான் என்ன? கொடுக்கிற வெகுமதியை பெறுபவரின் தேவை நிலையை மனதில் வைத்துக் கொடுக்க வேண்டும். தினம் 100 ரூபாய் ஊதியம் பெறும் தினக்கூலித் தொழிலாளர்களுக்கு மேல் சட்டையில் குத்திக் கொள்ளும் சிறந்த ஊழியர் மெடல் எதற்கு? அதைப் பெறுவதற்காக அவர் உழைக்கக் கூடியதைவிட, 'கூடுதல் வேலைக்கு இன்னும் 50 ரூபாய் சேர்த்துத் தரப்படும்' என்பதற்காக அதிகம் உழைப்பார்.

தெளிவாகத் தெரிவிப்பது

அவர் செய்யத் தயாராகவே இருக்கலாம். நமக்கு என்ன வேண்டும் என்று சொல்லாவிட்டால், அவர் என்ன செய்ய முடியும்? பல சமயங்களில் மக்களின் ஊக்கம் குறைவதற்கு காரணம், தெளிவற்ற தன்மையே. 'செய்யலாம்தான். ஆனா இதுதானான்னு நிச்சயமாகத் தெரியலை. செய்து, அது தப்பாகப் போனால்?'

செய்ததைக் கவனிப்பது

கண்டுகொள்ளாமல் விடப்படுவதைவிட கொடுமை கிடையாது எனலாம். 'நன்றாக இருக்கிறதென்று சொல். இல்லாவிட்டால் நன்றாக இல்லை என்றேனும் சொல். எதுவும் சொல்லாமல் நகர்ந்து போனால் என்ன அர்த்தம்?' என்று வருத்தப்படுவார்கள். உதாசீனப்படுத்தல், அவமானப்படுத்தல் போன்ற எண்ணங்கள் கூட இதனால் வரும் ஆபத்திருக்கிறது.

இதற்கெல்லாம் ஏது நேரம் என்பது சாக்குதான். கவனித்தல் அவசியம். எனக்கு மேலிருப்பவருக்கு நான் என்ன செய்கிறேன்

என்று கூட தெரியாது என்பவர்களது ஊக்கம் உயரத்தில் இருக்கும் வாய்ப்பு குறைவுதான். அவர்கள் மிகச் சிறந்த 'செல்ஃப் மோட்டிவேட்டட்' நபராக இருந்தால் தவிர.

பலன்களை முன்கூட்டி அறிவிப்பது

செய்தால் என்ன கிடைக்கும், எவ்வளவு கிடைக்கும் என்பதை முன்கூட்டியே தெரிவிக்க வேண்டும். 2006ம் ஆண்டு +2 தேர்வில் தமிழ்நாட்டில் முதல் இடம் பிடித்தவர் ராஜேஷ்குமார் என்ற மாணவர். அவரை பேட்டி கண்ட ரமேஷ் பிரபா அவர்கள், உங்களை ஊக்கப்படுத்தியது, செய்யத் தூண்டியது எது என்று கேட்க, ராஜேஷ் சொன்னார், முன்பு பரத் என்கிற மாணவருக்கு தமிழ்நாட்டில் முதல் இடம் பிடித்ததற்காக பத்திரிகையும் ஊடகங்களும் கொடுத்த முக்கியத்துவத்தைப் பார்த்தேன். 'அட, இதற்கு இவ்வளவு புகழா பெயரா!' என்று அதிசயித்தேன். நாமும் பெற வேண்டும் என்கிற ஊக்கம் பெற்றேன்' என்றார்.

போட்டி, ஆரம்பமாவதற்குக் கணிசமான நேரம் முன்பாக விருதுகள், பரிசுகள் பற்றி தெரிய வந்தால், தயாரிப்பு பலமாக இருக்கும். செயல் சிறக்கும். பின்னால் தெரிந்து பலனில்லை. அளந்து சீர் தூக்கிப் பார்ப்பது மட்டுமே நோக்கமல்ல. செயல் திறனை அதிகப்படுத்துவதுதான் நோக்கம். அதனால், இதில் ரகசியங்கள் தேவையில்லை. முன்கூட்டியே தொடர்புடையவர் களுக்கு விரிவாகவே தெரிவிக்கலாம்.

உடனடி அங்கீகாரம்

நல்லதை உடனே செய் என்பது போல, எவரேனும் சரியாக செய்வதை சிறப்பாக செய்வதைக் கண்டால், உடனடியாக அதனை அங்கீகரித்தல் வேண்டும். ஆறப்போட வேண்டாம். கொடுப்பது பாராட்டு வார்த்தைகளோ, தட்டிக் கொடுத்தலோ அல்லது சிறு பரிசுப் பொருளோ உடனே செய்தால் அதன் மதிப்பு கூடுதல். தவிர, பின்பு நேரமாக நேரமாக, 'அது என்ன பெரியதா? பாராட்டாவிட்டால் என்னவாம்' என்று தோன்றும் ஆபத்து உண்டு.

பலர் முன் செய்வது

எவரையும் கோபிப்பதை தனியாக அழைத்துச் சென்று செய்ய வேண்டியது எவ்வளவு அவசியமோ அதே அளவு அவசிய

மானது, பாராட்டுவதைத் தனியாக (ரகசியமாக) செய்யாமல், பலர் முன்னிலையில் செய்வதும். அந்தப் பலரும் எவரோ தொடர்பில்லாதவர்களாக இருப்பதைவிட, பாராட்டப்படுபவர்களுடன் தொடர்புடையவர்களாக இருத்தல் விசேஷம். கட்சிக்காக உழைத்தவர்களுக்கு, கூட்ட மேடைகளில் 'துண்டு போர்த்துவது' இந்த வகையைச் சேர்ந்ததுதான். பார்க்கப்படுவது, துண்டின் பண மதிப்பல்ல. ஆயிரக்கணக்கானவர்கள் பார்க்க மேடையில் வைத்து, தலைவர் அணிவித்தது என்று அதன் மதிப்பு உயர்ந்து விடும். அதற்காகவே கூடுதலாக களப் பணியாற்றுவார் தொண்டர்.

சரியாக அளப்பது

'மெட்ரிக்ஸ்' என்பார்கள். எதனை வைத்து சிறந்த செயல்பாடுகளை முடிவு செய்வது. இதுதான் அளவீடு. நிறுவனம் எதை விரும்புகிறதோ அதனை 'மெட்ரிக்ஸ்' ஆக்க வேண்டும். அளக்க வேண்டும். அடக்க விலையா? உற்பத்தி எண்ணிக்கையா? தரமா? இடுபொருள் பயன்பாடா? லாப சதவிகிதமா? வீணடிப்பு குறைத்தலா? அல்லது வேறு எதுவுமா?

முடிவு செய்ததைச் சரியாக அளக்கும் முறைகள் இல்லாவிட்டால் செய்தவருக்கு மதிப்பு கிடைக்காது. அது தெரிய வந்ததும், செயலாற்றல் குறைந்து வரும்.

தவறுகளைப் பெரிதுபடுத்தாதிருத்தல்

தவறுவது இயற்கை. எவருக்கும் நேரும். அது மீண்டும் நிகழக் கூடாது என்பது முக்கியம். தப்பித் தவறி தவறு வந்துவிட்டால், செய்ததை அப்படியே சொல்லிச் சொல்லி மாய்க்கக் கூடாது. வெறுத்து விடுவார்கள். என்ன (தவறு) நிகழ்ந்தது என்று பார்ப்பதுடன், எதனால் நிகழ்ந்தது என்றும் பார்க்க வேண்டும். செய்த நபரின் பங்களிப்பு அதில் குறைவு அல்லது இல்லையென்றால், அவரை குற்றஞ்சொல்லவே கூடாது. அவர் தவறே செய்தாலும், அதையே எப்போதும் சொல்லிக் கொண்டிருக்கக் கூடாது.

உயர்த்திக்கொண்டே போகுதல்

Raise the bar என்பார்கள். இலக்கைச் சிறிது சிறிதாக உயர்த்திக் கொண்டே போக வேண்டும். ஒருவர் 100 கிலோ எடை

தூக்குபவர் என்றால், அடுத்த அடுத்த முறைகளில் 105, 110 என்று கூடுதலாக ஏற்றிக்கொண்டு முயற்சி செய்வதுபோல, நிறுவனங் களிலும் இலக்குகளைத் தொடர்ந்து உரிய அளவுகளில் உயர்த்து தலும், செயல்பாடு அதிகரிக்க உதவும். உரிய அளவு என்பது முக்கியம். மிகக் குறைவான அதிகரித்தலும், மிக அதிகமான அதிகரித்தலும் எதிர்பார்க்கும் பலன் தராது.

அதிகாரத்தைப் பயன்படுத்தாதிருத்தல்

சிறு குழந்தைகளை அடிக்கக் கூடாது இன்னமும் கூட வீடுகளில், பள்ளிகளில் அவர்கள் செய்யும் தவறுகளுக்காக, செய்யத் தவறியவைகளுக்காக பெரியவர்கள் அடிப்பதுண்டு.

சிறு குழந்தைகள் அவர்கள் ஒருவருக்கு ஒருவர் அடித்துக் கொள் வதற்கும், பெரியவர்கள் சிறுவர், சிறுமியரை அடிப்பதற்கும் இடையே வேறுபாடு உண்டு. அவர்களுக்குள் அடித்துக் கொள்ளும்போது விழுகிற அடிகள் தாங்கிக் கொள்ளுகிற அளவே இருக்கும். பலமாக இருக்காது. காரணம், அடிக்கிற கை களும் சிறு கைகளே. ஆனால், கோபத்தில், எரிச்சலில் பெரியவர் கள் அடித்தால்? முரட்டுக் கைகள், பிஞ்சு உடம்புகளில் எவ் வளவு தாக்கம் கொடுக்கும்! தாங்க முடியுமா?

இதுவேதான் வேலையிடங்களிலும், அதிகார அடுக்கில் மேலே போகப் போக, அதிகாரமும் சக்தியும் அதிகமாகிறது. அவர்களுக்கு பல படிகள் கீழே உள்ளவரை அவர்கள் கடிந்து கொண்டால், சினந்து கொண்டால் அவற்றின் விளைவுகளை சாதாரணர்களால் தாங்க முடியாது.

வெறும் கையைச் சுற்றுவது வேறு, கையில் ஆயுதம் வைத்திருப் பவர்கள் சுற்றுவது வேறு. தவறி பட்டுவிட்டால்கூட, பிரச்னை தான்.

தீபக் பரீக், HDFC நிறுவனத்தின் தலைவர். இந்தியாவில் உள்ள மதிக்கத்தகு கார்ப்பரேட் தலைவர்களில் ஒருவர். அவர் வார்த்தைகளில் சொல்வதென்றால், ‘உங்கள் அதிகாரத்தை எப்போதும் பயன்படுத்தாதீர்கள்.’

அன்பே பெரிய ஆயுதம். நம்பகத் தன்மையே பெரிய பலம். பாலம். அதுபோதும், ஊழியர்களை பெரும் செயலாற்ற வைக்க.

மக்கள் உயிரையும் கொடுப்பார்கள்

சட்ட திட்டங்களைக் காட்டி, நிறுவன வசதிகளை முன்னிறுத்தி வேலை வாங்கலாம்தான். ஆனால் அதற்கான சிரமம் கூடுதல். தவிர அதில் கிடைக்கக் கூடியதை விட கூடுதலாகவே, நம்பிக்கைகள் ஏற்படுத்தி செய்துவிட முடியும்.

மிகப் பெரும் செயல்பாடுகள் அதட்டல் மிரட்டல்களினால் வருவதில்லை. மக்கள் அன்புக்குக் கட்டுப்பட்டவர்கள். வேல்டன் என்கிற புத்தகததில் கென் பிளான்சார்ட், மிகப்பெரிய 'வேல்' மீன்களை சாகசங்கள் செய்ய வைக்கும் பயிற்சியாளர்கள் சொல்வதும் இதைத்தான் என்கிறார்.

ஆயிரக்கணக்கான எடையுள்ள அந்த மீன்களுக்கு முன், பயிற்சியாளர் என்பவர் ஒரு தூசு போலத்தான். ஆனால் அவர்களால் அவர்கள் விரும்புகிறபடியெல்லாம் மீன்களை ஆடவைக்க முடிகிறது. காரணம், பயிற்சி. அவ்வளவு பெரிய மீன்களுக்கு இவர்களால் எப்படிப் பயிற்சி கொடுக்க முடிந்தது. அவை எப்படி இசைந்தன?

நாங்கள் எடுத்தவுடன் பயிற்சி கொடுப்பதில்லை. அந்த மீன்கள் இருக்கும் மிகப்பெரிய நீர்த் தொட்டிகளில் இறங்கி விடுவோம். அவற்றுடன் விளையாடுவோம். விளையாட்டு விளையாட்டு விளையாட்டுதான். அவைகளுக்கு எங்கள் மேல் நம்பிக்கை வரும்வரை விளையாடுவோம். வேலைக்கு (பயிற்சிக்கு) அவசரப்படுவதில்லை. அவற்றுக்கு எங்கள் மீது நம்பிக்கை வந்தபின், நாங்கள் சொல்வதைச் செய்யும், கற்றுக் கொள்ளும்.

இதனையே மாவீரன் நெப்போலியனும் வேறுவிதமாக சொல்லியிருக்கிறார். 'எப்படி இவ்வளவு வெற்றிகள்? எப்படி உங்கள் படை வீரர்கள் அவர்களுக்கிடையே இசைவாக இருக்கிறார்கள், ஒன்றிணைந்து போரிடுகிறார்கள்?' என்று கேட்டதற்கு பதிலாக, 'எங்கள் வெற்றிகள் போர்க்களங்களில் அல்ல, முன்பே வீரர்கள் விளையாட்டுத் திடல்களில் ஒருங்கிணைந்து விளையாடியபோதே உறுதியாகிவிட்டது' என்றார்.

ஒருவர் மீது ஒருவர் நம்பிக்கை வரவேண்டும். அதன்பிறகுதான் கூடுதல் ரிஸ்க் எடுப்பது, கூடுதலாக உழைப்பது, விட்டுக் கொடுப்பது எல்லாம் வரும். வேலைக்கு எடுத்த முதல் நாளே

‘இவ்வளவு இப்படி செய்’ என்று சொல்லிவிட்டு நகரக்கூடாது. அவர்களைப் புரிந்து கொள்ள, அவர்கள் நம்மைப் புரிந்து கொள்ள, சந்தர்ப்பங்களை உருவாக்க வேண்டும். சேர்ந்து உண்பது, வேலை தவிர பிற விபரங்களையும் (குடும்பம், ஆர்வங்கள், பயங்கள், பிரச்னைகள்) பேசுவது. தானும் பகிர்ந்துகொள்வது என்றெல்லாம் செய்ய, நம்பிக்கை பிறக்கும். வளரும். உதவும்.

வேலை கொடுக்கத் தெரிந்திருத்தல்

சென்னை போர்ட் டிரஸ்ட்டில் பணிபுரிந்த ஒரு மேலாளரைப் பற்றி இப்படிச் சொல்வார்கள். அவருக்குக் கீழ் பணியாற்றும் அனைத்து ஊழியர்கள் பற்றியும் அவர் வருத்தப்படுவார். அவர்கள் மீதெல்லாம் குற்றம் சொல்லுவார். ‘எவனும் சரியில்லை’ என்பதுதான் அவருடைய தீர்மானமான முடிவு.

அதே இடத்துக்கு வேறு ஒரு புதிய மேலாளர் வந்தார். அதே பழைய ஊழியர்கள்தாம். அவர்களில் சிலருக்கு வேலைகளை மாற்றிக் கொடுத்துவிட்டுச் சொன்னார், ‘எல்லாம் நல்லா வேலை செய்யுறாங்க.’

குறைகள், வருத்தங்கள் இல்லாதது மட்டுமல்ல, மகிழ்ச்சியும் பாராட்டும் வந்து சேர்ந்தன. மாற்றம் எப்படி வந்தது? மேலாளர் பார்வையினால், நடவடிக்கையால் வந்தது.

எவருக்கு என்ன வேலை கொடுக்க வேண்டும் என்று தெரிந் திருப்பதும் முக்கியம். Right Man for the Right Job. முடியாததை வைத்து திணிப்பதால் நிறுவனத்துக்கும் பலனில்லை, ஊழியருக் கும் பலனில்லை.

சிறப்பான செயல்பாடுகள் வராமல் போவதற்கு ஊழியர்கள் மட்டுமே பொறுப்பல்ல. சரியான வேலைகள் தரும், முறையாக வேலைகளைச் செய்து வாங்கும் மேலதிகாரிகளும்தான் காரணம் என்பதை உணர்ந்துகொள்ள வேண்டும்.

தீர்ப்புகள் எழுத வேண்டாம்

‘இவன் எப்பவுமே இப்படித்தான்’, ‘அவர் முடிக்கவே மாட் டாரே!’ இவையெல்லாம் என்ன? ஊழியர்களைப் பற்றிய கருத்துக்கள். அவற்றை மாற்றிக் கொள்ள வாய்ப்பில்லை என்பதால் தீர்மானங்கள். ஒரு சில சம்பவங்கள் அனுபவங்களை

மட்டுமே வைத்துக் கொண்டு இப்படியெல்லாம் பேசிவிடக் கூடாது. பூக்கள் மீது வென்னீர் ஊற்றுவது போன்றது இது. வெந்துவிடும். அதிலும் பொது இடங்களில், பலரும் கூடியிருக்கும் வேலையிடங்களில் இப்படிப்பட்ட சொற்கள் தங்களைப் பற்றி அதுவும் மேலதிகாரிகளால் சொல்லப்பட்டால், ஊழியர்கள் உள்ளே நொறுங்கிப் போய் விடுவார்கள்.

முதல் முறைமட்டுமல்ல, பல முறைகள் சரியாக செய்ய வராமல், பின்பு செய்தது மட்டுமல்ல, உச்சங்களையே தொட்டவர்கள் பலர் இருக்கிறார்கள். ராயல் சேலஞ்சர்ஸ் என்று ஒரு கிரிக்கெட் அணி. 2008ம் ஆண்டு IPL 20-20 கிரிக்கெட் போட்டிகளில் பல அணிகளுடன் விளையாடி தோற்றுப் போன அணி. விளையாடிய அணிகளில் இறுதி நிலையில் இருந்த அணி என்றுகூட சொல்லலாம். விஜய் மல்லையாதான் அதன் முதலாளி. பணம் போட்டிருந்தவர். சில மாறுதல்களைச் செய் தார். அடுத்த ஆண்டு, அதே ராயல் சேலஞ்சர்ஸ் முதல் இரண்டு இடங்களுக்கான இறுதிப் போட்டிக்கே வந்துவிட்டார்கள்.

பொறுமை காக்க

மனிதர்கள் இயந்திரங்களல்ல. பொத்தானை அழுத்தியதும் அவர்களால் வேலையை செய்துவிட முடியாது. அவர்கள் தாவரங்கள்போல. துளிர்விட்டு, வளர்ந்து காய்க்க வேண்டும். BHEL, TVS போன்ற பல நிறுவனங்கள் பயிற்சியின் மீது நம்பிக்கை உள்ளவை.

பாண்டிச்சேரிக்கு அருகில் திருபுவனை என்ற சிற்றூரில் TVS வேர்ல்பூல் நிறுவனம் 1990ல் தொடங்கப்பட்டது. வேர்ல்பூல் அமெரிக்க நிறுவனம். TVS, தமிழ்நாட்டு நிறுவனம். ஒரு நிறுவனத்தின் வாழ்நாள் மனிதர்களில் ஆயுட்காலங்களைவிட அதிகம். நூறாண்டுகளைத் தாண்டி செழிப்பாக நடந்து வரும் நிறுவனங்கள் பல உண்டு. வால்மார்ட், கோககோலா, சோனி போன்றவை அதற்குச் சில உதாரணங்கள்.

வெர்ல்பூல் நிறுவனம், தங்கள் நிறுவனத்தைச் சுற்றியுள்ள ஆறு கிராமங்களில் இருந்து பத்தாவது தேறிய மற்றும் பன்னிரண்டா வது வகுப்பில் தேறாத மாணவர்களை சில தேர்வுகள் வைத்து தேர்ந்தெடுத்தார்கள். தேர்வு செய்யப்பட்ட அவர்களை உடனே பயிற்சியாளர்கள் என்கிற பெயரில் உற்பத்திக் கூடத்துக்கு

அனுப்பவில்லை. மாறாக பயிற்சிக் கூடத்துக்கு அனுப்பினார்கள். முதலாண்டு முழுவதும், தொழிற்சாலை தொடர்பான உற்பத்தி செய்முறை கல்வி இல்லை. பொதுவான நடத்தைகள் பற்றிய பயிற்சிகள்தான் கொடுத்தார்கள். ஓராண்டிற்கு பின்பு அடுத்த ஆண்டுதான் உற்பத்தி முறைகள். இரண்டு முழு ஆண்டுகள், சம்பளம் கொடுத்து பயிற்சி. நிறுவனத்துக்கு அந்தப் பொறுமை இருந்தது. முன்கூட்டியே செய்யுமளவு திட்டமிடலும் இருந்தது.

அதன் பின் அங்கே ஊழியர்கள் தொடர்பான பிரச்னைகளே கிடையாது. 'வெட்டி வா' என்றால் கட்டி எடுத்து வரும் அளவு முன்முனைப்பும் ஆர்வமும் திறமையும் உள்ளவர்கள் ஆனார்கள் ஊழியர்கள். சஜஷன்ஸ் திட்டம், குவாலிட்டி சர்க்கிள்ஸ், செல்ஃப் மேனேஜ்ட் குரூப்ஸ் என்று எல்லாவற்றிலும் அந் நிறுவனம் முன்னணி.

தொடக்கக் காலத்தில் கொடுக்கப்பட்ட சரியான பயிற்சிதான் அவற்றின் வெற்றிக்குக் காரணம்.

பயம் மட்டுமல்ல

'நிறுவனம் என்றால் ஓர் ஒழுங்கு இருக்க வேண்டும். அது பயம் இருந்தால்தான் வரும்' என்று எண்ணுபவர்கள் உண்டு. 'ஊழியர்களிடம் நெருங்கிப் பேசினால், மரியாதை குறைந்து விடும். சற்றுத் தள்ளியேதான் இருக்க வேண்டும்' என்று சொல்வார்கள்.

இதற்காகவே கெடுபிடியாக இருப்பார்கள். சிரிக்கக் கூட மாட்டார்கள். ஊழியர்களிடம் வேலை தவிர மற்ற விபரங்கள் பேச மாட்டார்கள். இந்த அணுகுமுறை மிகச் சில இடங்களில் தான் வெற்றி தரும்.

மனித மனங்களை ஆராய்ந்த அறிஞர் சிக்மண்ட் ஃபிராய்ட் இதைப் பற்றிச் சொல்லும்போது, உங்களைக் கண்டு அவர்கள் பயப்படலாம். அல்லது உங்கள் மீது அன்பாக இருக்கலாம். இந்த இரண்டில் ஏதாவது ஒன்று மட்டும் இருந்தால் பலனில்லை. பயந்துகொண்டு மட்டும் இருப்பதை யார்தான் விரும்புவார்கள்? வெறும் பயம் மட்டும் கொண்டிருப்பவர்கள் சந்தர்ப்பங்கள் அவர்களுக்கு ஏதுவாக அமையும்போது உங்களிடம் பிரச்னை செய்வார்கள். அதிகாரிகளையும், நிறுவனத்தினையும் எதிர்ப்பார்கள்.

அதேபோல வெறும் அன்பு மட்டும் கொண்டிருப்பவர்களாலும் பலனில்லை. அவர்களுக்கு நம்மைப் பிடிக்கும். ஆனால் நம்மிடம் பயம் கிடையாது. இதுவும் வேலைக்கு உதவாது.

மூன்றாவதாக ஒரு நிலை உண்டு. அதுதான் சில பெற்றவர்கள் மீது, அவர்களுடைய பிள்ளைகள் கொண்டிருப்பது. பயம், மரியாதை போன்றவை உண்டு. கூடவே அவர்கள் மீது பிரியமும் உண்டு. இதுதான் சிறந்த உறவுமுறை என்கிறார் பிராய்டு. Better to be feared and loved.

புரிந்து கொள்வது

நான் சொல்வதைப் புரிந்து கொள்ளுங்கள் என்று தெரிவிப்பதற்கு முன்பாக நாம் அவர்களை புரிந்துகொள்ள முயல வேண்டும். பேசுவதற்கு முன்பும், அவர் யார் எவர், என்ன கேட்கிறார், சொல்கிறார், அவரது பிரச்னை / தேவை என்ன? எதற்காக வந்திருக்கிறார் என்றெல்லாம் புரிந்து கொண்டால், அதன்பிறகு நாம் பேசினால், நம் பேச்சில் கட்டாய மாறுதல் இருக்கும்.

அவர்கள் நாம் சொல்லுவதைப் புரிந்துகொள்ள வேண்டும் என்று எதிர்பார்ப்பதற்கு முன், நாம் அவர்களைப் புரிந்து கொள்ள வேண்டும்.

அவர்கள் எதிரிகள் அல்ல

சிலர் தங்கள் ஊழியர்களை விரோதிகள் போலவே பார்ப்பார்கள், நடத்துவார்கள். கடுகடுவென நடந்து கொள்வார்கள். எதைப் பேசினாலும் படபடவென பேசுவார்கள். கெடுபிடியாக இருக்கிறார்களாம். பலனில்லை. நம்மிடம் இருக்கும் வளம் அவர்கள். அவர்களால் பலவற்றைச் செய்ய முடியும். அவர் களைச் செய்ய வைக்க வேண்டும். அவர்களுடன் சண்டை யிடுவதால் எவருக்கும் லாபமில்லை. அவர்களுடன் போட்டி, அவர்கள் மீது பொறாமை, அவர்கள் மீது கோபம் எல்லாம் தேவையற்றவை. மேலதிகாரிகளின் அறியாமையால் வருபவை. ஊழியர்களுடன் நல்லுறவே அவர்களை ஊக்கப்படுத்த சிறந்த வழி.

ஆயத்தம் செய்ய வேண்டியது நம் பொறுப்பு

'வேலை செய்', 'முடி' என்று விரட்டுவது மட்டுமே மேலாளரின் வேலையல்ல. விதையினை நட்டு, நீரூற்றி பாதுகாத்து

வளர்ப்பவருக்கு அந்தச் செடியில் பயன் உண்டு. அதற்கான உழைப்பையும் நேரத்தையும் நாம் கொடுக்க வேண்டும். அவை நாம் செய்யும் முதலீடு. பின்னர் பலகாலத்துக்கு அறுவடைதான்.

முன்கூட்டி தெரிவித்தல்

நாம் நினைப்பதை நாம் தெரிவிக்காமலேயே புரிந்துகொண்டு செய்துவிடும் ஊழியர்கள் சிறப்புதான். ஆனால் எல்லோரும் இப்படி இருக்க வேண்டும் என்று எதிர்பார்க்க முடியாது. கூடாது. எல்லோருக்கும் சாத்தியமில்லை. அதனால், என்ன செய்ய வேண்டும், என்ன எதிர்பார்க்கிறோம் என்பனவற்றை சந்தேகம் வராத அளவு தெரிவித்தல் அவசியம்.

தவிக்கும்போது உடனிருப்பது

'நீ தானே செய்ய வேண்டும். செய்' என்று தத்தளிப்போரை தனியே விட்டுவிட்டு வேடிக்கை பார்ப்பது மேலாளர் குணமாகாது. உதவி செய்ய வேண்டும். அந்தச் சமயத்தில் சூடான வார்த்தைகளால் குத்திக் காட்டினால் வேலையும் ஆகாது, உறவும் கெட்டுப் போகும். அவர்கள் சிரமத்தில் இருக்கும்போது உதவ வேண்டும். அது கூடுதல் நேரம் எடுத்துச் செய்யவேண்டியதாக இருந்தாலும், நாம் செய்யும் வேலையை நிறுத்தி விட்டு, அவர்களுக்காக செய்ய வேண்டியதாக இருந்தாலும் செய்ய வேண்டும். காலத்தால் செய்த உதவி என்பது இதுதான்.

செய்யவிட வேண்டும்

படித்தால், கேட்டால் புரிவதைவிட கூடுதலாக, நேரிடையாக பார்ப்பது புரியும். அதைவிட கூடுதலாகப் புரிய வேண்டுமென்றால், நாமே செய்து பார்ப்பதுதான் வழி. கைபழகுவது என்பார்கள் முன்பெல்லாம். அதையே ஆங்கிலத்தில் Hands on experience என்கிறார்கள் இப்போது.

ஒரு சிலரிடம் வேலை பார்த்தால், எதையுமே செய்யவிட மாட்டார்கள். குறிப்பாக முக்கியமானவற்றையெல்லாம் அவர்களே செய்வார்கள். எல்லா புகழும் அவர்களுக்கே வேண்டும் என்பதுதான் காரணம்.

'டெலிகேஷன்' என்பது மேலாளர்களின் முக்கிய குணநலன். எல்லாவற்றையும் நேரத் தேவை காரணமாக அவரே செய்ய முடியாது. எதையுமே செய்து பார்க்காதவருக்கு அனுபவமும்

அதனால் கிடைக்கக் கூடிய தைரியமும் வரவே வராது. மேலாளர் மற்றவர்களை செய்து பார்க்க விடவேண்டும். அதற்கான ஊக்கம் கொடுத்து, அதில் பிழைகள் வந்தால், தாங்கள் பொறுப்பு என்று தைரியமும் கொடுக்க வேண்டும்.

ஆலோசனைகள் கேட்பது

எல்லா முக்கிய முடிவுகளையும் நாமே எடுக்கலாம். அதனால், அவர்கள் வெறும் நடைமுறைப்படுத்துபவர்கள் ஆகிப்போவார்கள். சொந்தமாக யோசிக்கும் போக்கு குறைந்து காலப்போக்கில் மங்கியே விடும். இது அவர்களுக்கும் நல்லதல்ல, நிறுவனத்துக்கும் நல்லதல்ல.

எல்லோரிடமும் திறன்கள் உண்டு. சாதாரண வேலைகளில் இருக்கும் பலர் மிகச் சிறந்த யோசனைகளை தெரிவிக்க முடியும். ஆனால் அவர்கள் தெரிவிக்கும் சாதகமான சூழல் அலுவலகத்தில் நிறுவனத்தில், நிலவ வேண்டும். அதனை மேலாளர்தான் உறுதி செய்ய முடியும்.

பெருமை செய்வது

எவர் கொடுத்த யோசனைகளையும் அது சிறியதோ பெரியதோ, அதனை நடைமுறைப்படுத்தினால், சொன்னவருக்கு பெயர் வருமாறு செய்ய வேண்டும். அது ஒதுங்கியிருந்தாலும் அழைத்து மரியாதை செய்ய வேண்டும். அவர்கள் செய்த சிறப்பானவைகளைத் திரும்பத் திரும்ப நாம் சொல்ல, அவர்களை அறியாமல், 'இதற்கே இவ்வளவு சொல்கிறாரே, இதைவிட நான் அதிகமாகச் செய்வேன்' என்கிற மனப்பான்மையை உருவாக்க வேண்டும்.

எல்லோரும் முக்கியமே

தங்களுக்குப் பிரியமான (ஹாலோ எஃபெக்ட் காரணமாக) தாங்கள் முக்கியம் என்று நினைக்கிற ஒரு சிலருடனேயோ, ஒரு சில துறைகளில் மட்டுமேயோ கூடுதல் நேரம் செலவழிக்காது, பல்வேறு துறைகளுக்கும் போவது, கலந்து கொள்வது, பேசுவது என்கிற வழக்கங்கள் வைத்துக் கொள்ள வேண்டும்.

சிறந்தவற்றைக் கண்டுபிடிப்பது

சிறந்தவற்றை முனைந்து கண்டுபிடிக்க வேண்டும். எனக்கு தெரிவிக்கபட்டது இவ்வளவுதான் என்று சொல்லுவது சுலப

மாக இருக்கலாம். ஆனால் சிறந்தவர்களுக்கு அது நியாயம் செய்தது ஆகாது. நாம் சிறப்பாக எதைச் செய்தாலும் அது நிச்சயமாக உணரப்படும், அங்கீகரிக்கப்படும் என்கிற நம்பிக்கை ஊழியர்களுக்கு வரமாறு பார்த்துகொள்ளவேண்டும்.

செயல்கள் சிறக்க

எனக்குக் கிடைத்த பல்வேறு வாய்ப்புகளின் காரணமாக கிட்டத் தட்ட பதினோரு நிறுவனங்களில் இதுவரை பணிபுரிந்திருக் கிறேன். ஆயிரக்கணக்கான ஊழியர்களைச் சந்தித்திருக்கிறேன். அவர்களுடைய வேலைகளை, செய்முறைகளை, நடவடிக்கை களைக் கூர்ந்து கவனித்திருக்கிறேன்.

மக்களிடம் இருக்கும் திறமைகள் அபாரமானவை. அவர் களுடைய தோற்றம், படிப்பு, ஊர் போன்ற எதை வைத்தும் எவரையும் முடிவு செய்துவிட முடியாது என்பதே அந்த அனு பவங்களின் காரணமாக நான் எடுத்த முடிவு.

ஐ.டி.ஐ.யில் சர்டிபிகேட் கோர்ஸ் படித்துவிட்டு, வேலையில் சேர்ந்த பிறகு பலவற்றையும் கற்றுக்கொண்டு DGM நிலைக்கும் அதிகமான உயரங்களைத் தொட்டவர்களைப் பார்த்திருக் கிறேன். வெறும் ரோனியோ மிஷின் ஆப்பரேட்டராகச் சேர்ந்து விட்டு DGM நிலை வரை வந்து வெற்றிகரமாகப் பணியாற்றிய வர்களின் கீழ் பணிபுரியவே செய்திருக்கிறேன். பத்தாவதும், பன்னிரண்டாவதும் படித்து, தேர்வுகளில் பாஸ் மார்க் வாங்க முடியாதவர்களில் சிலர், நான்கு ஆண்டுகள் பொறியியல் படித்தவர்களைவிட உற்பத்திக் கூடங்களில் சிறப்பாக வேலை செய்வதை நேரில் கண்டு வியந்திருக்கிறேன்.

கண் பார்வையே இல்லாமல் இருந்தும், கால்கள் முழுவதும் சூம்பிப் போன பிறகும், கேட்டும் பார்த்தும், கால்களால் ‘புட் பெடலை’ பயன்படுத்தி செய்ய வேண்டிய டிரான்ஸ்கிருப்ஷன் வேலைகளை சிறப்பாகவே செய்பவர்களைப் பார்த்து வியந்து போய் நின்றிருக்கிறேன்.

படிப்பை வைத்தும், தோற்றத்தை வைத்தும், முன் அனுபவத்தை வைத்தும் மட்டுமே எவரையும் முடிவு செய்துவிட வேண்டாம்.

தனிமனிதத் திறன்கள் அவசியம் தான். ஆனால் அது மட்டுமே சிறப்பான செயல்பாட்டினைக் கொண்டுவராது.

ஊழியர்களைப் புரிந்துகொள்ளுவது, அவர்கள் என்ன செய்ய வேண்டும் என்பதைத் தெளிவாகத் தெரிவிப்பது, செயல்புரிய ஏதுவான சூழ்நிலையை உருவாக்குவது, தகுந்த உபகரணங்கள், வசதிகளைச் செய்துகொடுப்பது, அவர்களின் சிறப்பான செயல்களை உடனுக்குடன் கவனிப்பது அங்கீகரிப்பது, அவர்கள் செய்த வேலையினை அளப்பது, அதற்கேற்ப வெகுமதிகள் கொடுப்பது என்று நிறுவனமும் மேலதிகாரிகளும் செய்ய வேண்டியவை எவ்வளவோ இருக்கின்றன என்பதை விரிவாகவே பார்த்தோம்.

சரியான புரிதலுடன் சரியான அணுகுமுறை செய்தால் ஊழியர்களிடம் இருந்து மட்டுமல்ல, மாணவர்கள், பிள்ளைகள் என்று எல்லோரிடமிருந்தும் அற்புதமான விளைவுகளைப் பார்க்க முடியும் என்று உறுதியாக நம்பலாம்.

பின் இணைப்பு 1

மனிதர்களின் பல்வேறுவிதமான திறன்கள்

★ எண்களில் திறமை (Numerical Aptitude) - பிழையின்றி வேகமாக கணக்கிட முடிவது.

★ சொற்கள் புலமை (Verbal comprehension) - கேட்பது, படிப்பது முதலியவற்றை வேகமாகவும் சரியாகவும் புரிந்து கொள்வது. சரியான சொற்களைத் தேவைப்படும் விதத்தில் நேர்த்தியாகப் பயன்படுத்துவது.

★ வேகமாகப் புரிந்துகொள்ளும் திறன் (Perceptial Speed) - காண்பனவற்றில் உள்ள ஒற்றுமை வேற்றுமைகளைத் துரித மாகவும் துல்லியமாகவும் புரிந்துகொள்ளும் திறன்.

★ சேர்த்து உணர்ந்து காரணம் கண்டுகொள்ளும் திறன் (Inductive Reasoning) - கிடைக்கும் தகவல்கள் விபரங்களை சரியாக வரிசைப்படுத்திப் பார்த்து சரியானதை உணர்ந்து, பிரச்னைகளை தீர்க்கும் திறன்.

★ பிரித்துணர்ந்து காரணம் காணும் திறன் (Deductive reasoning) - எதனால் எது என்பது போன்ற தர்க்கத்தை (லாஜிக்) கண்டுபிடித்து, அதனால் விளைவுகளை உணரும் திறன்.

★ கற்பனைத் திறன் (Spatial Visualisation) - பல உருவங்களை, அமைப்புகளை, வண்ணங்களை விரும்பும் மற்றும் புதிய விதங்களில் அளவுகளில், கோணங்களில் யோசித்துப் பார்க்க முடிவது.

★ நினைவாற்றல் (Memory) - தெரிய வந்தவற்றை நினைவு வைத்துக் கொள்வதும், தேவைப்படும் நேரம் உடனடியாக நினைவுபடுத்திக் கொள்வது.

பல்வகை உடல் வலிமை

வலு (Strength) - அடிக்கடியோ, கணிசமான நேரத்துக்கு தொடர்ந்தோ செய்ய முடிவது (Dynamic Strength) - உதாரணம்: மாரத்தான் ரேஸ்

வெளியில் இருந்து வருவனவற்றுக்கோ, இருப்பனவற்றுக்கோ எதிராகக் காட்டும் வலு (Static Strength) - உதாரணம்: கீழே விழும் மரத்தைத் தாங்கிப் பிடிப்பது.

மிக அதிகமான சக்தியை ஒரு செயலில் அல்லது சில தொடரும் செயல்களில் காட்டுவது (Explosive Strength) - உதாரணம் : ஷாட்புட் எறிவது - எடை தூக்குவது - கைகளால் ஓடுகளை உடைப்பது.

வளையும் தன்மை (Flexibility) - உடலை, கைகால்களை மிக அதிகமாக வளைப்பது வேகமான மற்றும் தொடர்ந்து செய்யும் நீட்டல், மடக்கல், பின்னல்கள் - உதாரணம் : யோகாசனங்கள், 'ஆக்ரபேட்ஸ்' செய்வது. பரதநாட்டியம் மற்றும் ஏனைய ஆட்டக்காரர்கள் செய்வது.

ஒருங்கிணைந்து செய்வது (Body Coordination) - ஒரே நேரத்தில் வெவ்வேறு உடல் உறுப்புகள் வெவ்வேறு வேலைகள் செய்வது - உதாரணம் : டைப் அடித்தல், சைக்கிள் ஓட்டுதல்

நிலைத்தன்மை - புவியீர்ப்பு போன்ற பல்வேறு இழுப்புகளையும் சமாளித்து சமன்செய்து நிற்றல், ஓடல், சாகசங்கள் செய்தல் - உதாரணம் : ஆக்ரபேட்ஸ் செய்வது.

ஆற்றல் அதிகம் தேவைப்படும் வேலைகளைத் தொடர்ந்து, நீண்டநேரம் செய்தல் - உதாரணம் : மாரத்தான் ரேஸ்.

பின் இணைப்பு 2

ஊழியர் மனநிறைவு (மாதிரி கேள்வித்தாள்)

கீழுள்ள கேள்விகளுக்கு, கொடுக்கப்பட்டுள்ள எண்களில் நீங்கள் தேர்ந்தெடுக்கும் எண்ணை உங்களின் பதிலாக, கேள்விகளுக்கு எதிராக உள்ள கட்டத்தில் எழுதவும்.

5	4	3	2	1
நிச்சயமாக	ஆமாம்	அப்படியும் சொல்லலாம்	ஓரளவு	இல்லை

1. இந்த நிறுவனம், வேலை செய்வதற்குத் தகுந்த நல்ல நிறுவனம். ☐

2. இங்கே நான் சரியாக உழைக்கும்பட்சத்தில் முன்னேற முடியும். ☐

3. எனக்கு இங்கே கொடுக்கப்படும் சம்பளம், மற்ற நிறுவனங்களுடன் ஒப்பிடும்போது சரியானதே. ☐

4. எவருக்குப் பதவியுயர்வு கொடுப்பது என்பதை இங்கே சரியான முறையிலேயே செய்கிறார்கள். ☐

5. இந்நிறுவனத்தில் ஊழியர் நலம் சரியாக செய்யப் படுகிறது. ☐

6. என் திறமைகளை என் நிறுவனம் சரியாகப் பயன்படுத்திக் கொள்கிறது. ☐

7. எனக்குத் தரப்படும் வேலை அளவு, பெரும் சுமையானது அல்ல. என் திறமையை முழுவதும் பயன்படுத்தும் வேலையே. ☐

8. என் மேலதிகாரி மீது எனக்கு நம்பிக்கை உள்ளது. ☐

9. என்னால் நான் சொல்ல நினைப்பதை என் மேலதிகாரியிடம் சொல்ல முடியும். ☐

10. என்னிடம் இருந்து என்ன எதிர்பார்க்கிறார்கள் என்று எனக்குத் தெரியும். ☐

பின் இணைப்பு 3

Job Enrichment

ஹேக்மேன் மற்றும் ஓல்டுஹேம் தெரிவித்த செறிவான வேலைகளின் அம்சங்கள்.

1. Skill Variety

தன்னிடம் உள்ள பல்வேறு திறமைகளைப் பயன்படுத்தும் பல்வேறு வாய்ப்புகள் உள்ள வேலை.

2. Task Identity

ஒரு வேலையினை முழுமையாகச் செய்து, செய்து முடித்த வேலையில் தன் பங்களிப்பின் விளைவுகளைப் பார்க்கும் வாய்ப்பு தரும் வேலை.

3. Task Significance

செய்வது நிறுவனத்தின் மீதோ, மற்ற ஊழியர்களின் மீதோ நல்ல தாக்கம் ஏற்படுத்துகிற வேலை. முக்கியமான வேலை.

4. Attonomy

வேலையினால் ஏற்படும் உயர்வு தாழ்வுகளுக்கு, வெற்றி தோல்விகளுக்கு தாங்களே பொறுப்பு என்றாகிற விதத்தில் முக்கிய முடிவுகள் எடுக்கக் கூடிய வாய்ப்புகள் தரும் வேலை.

5. Feedback

தாங்கள் செய்தது எப்படி என்கிற தகவல், நம்பத் தகுந்த, பயனுள்ள தகவல்களை பெற்றுத் தரத் தக்க வேலை. அந்தத் தகவல்கள் வேலையில் இருந்தோ, மேலதிகாரியிடம் இருந்தோ அல்லது மற்ற எவரிடம் இருந்தும் வரலாம்.

www.ingramcontent.com/pod-product-compliance
Lightning Source LLC
LaVergne TN
LVHW100339051026
849518LV00003B/850
* 9 7 8 8 1 8 4 9 3 4 1 6 8 *